விடுதலைப்போர்

கா. ந. அண்ணாதுரை

Title: Viduthalaipor

Author: C. N. Annadurai

Language: Tamil

First Published on: 1947

Year of Publication: 2024

Book Format: Paperback

*Page Size: 6inch * 9inch*

Category: Essays

Subject: Political Essays

No. of pages: 52

ISBN: 978-81-988093-8-4

Published by: Nilan Publishers, Madurai, Tamilnadu, India

பொருளடக்கம்

குறிப்புகளுக்காக

பதிப்புரை

இரு நூறாண்டுகளுக்கு மேல் இந்திய உபகண்டத்தை ஆட்டிப் படைத்த வெள்ளை அரசியலதிகாரம் விலகுகிறது. வெள்ளையன் வெளியேறுகிறான். விடுதலைகிடைத்துள்ளது. யாவரும் மகிழ்ச்சியடைய வேண்டிய செய்தி.

விடுதலைப் போர் வெற்றியடைந்து விட்டதாகக் கூறப்படுகிறது. கிடைத்துள்ள விடுதலையைக் கூர்ந்து கவனிப்போருக்கு வேறுபல உண்மைகளும் புலப்படும். அன்னியனாட்சியில் ஒடுங்கிக் கிடந்த ஒரு இந்தியா, விடுதலையடைந்தவுடன் இரு பகுதிகளாகி விட்டது. பரந்த இந்தியாவில் பாகப் பிரிவினை. பத்து அல்லது இருபது ஆண்டுகளுக்கு முன் எவரும் எண்ணிப் பார்க்காதது, இன்று நடந்து விட்டது. இந்த உண்மையான நிலையில்தான் வெற்றிவிழா கொண்டாடப்படுகிறது. வெற்றி முழக்கத்தில் வேறோர் குரலும் கேட்கிறது.

அதுதான் விழிப்புற்ற திராவிட இனத்தின், விடுதலை வேட்கைக் குரல். இதனைத்தான் தளபதி அண்ணாத்துரையின் குரல்—கணீரென்ற கம்பீரமான குரல், பரப்பிவருகிறது. நாட்டின் நிலை, நான்கு எல்லை, வரலாறு, பொருளாதாரத் தனிநிலை, சமூக ஏற்றத்தாழ்வுகள் இவைகளைச் சுட்டிக்காட்டி தனிநாடு—திராவிட ஆட்சி தேவை என்று கேட்கிறார். விடுதலைப் போர் முடிவடையவில்லை, இந்திய உபகண்டத்தில் அது ஒரு கட்டத்தைத் தாண்டியிருக்கிறது. எனவே தென்னாட்டைப் பொறுத்தவரை விடுதலைப் போர் தொடர்ந்து நடக்கிறது என்று அறிவிக்கிறார்.

ஜின்னாவின் குரல் பாகிஸ்தானத்தை அமைத்துவிட்டது. அண்ணாவின் குரல் திராவிட நாட்டை வாங்கித்தரும் என்ற நம்பிக்கையுடன் இந்நூலை வெளியிடுகிறோம்.

திராவிடப் பண்ணையாளர்

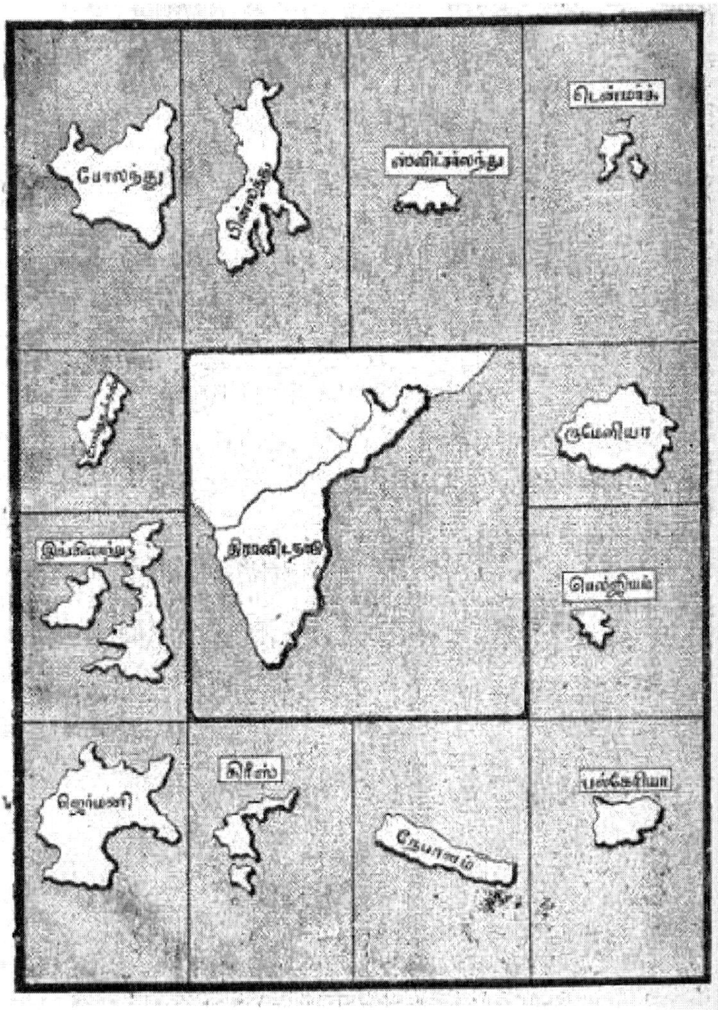
போலந்து
ஸ்விட்சர்லந்து
டென்மார்க்
ருமேனியா
திராவிடநாடு
இங்கிலாந்து
பெல்ஜியம்
ஜெர்மனி
கிரீஸ்
நேபாளம்
பல்கேரியா

படத்தின் விளக்கம்

"திராவிட நாடு" என்று நாம் குறிப்பிடுவது, இன்றைய சென்னை மாகாணத்தை. இந்தியாவிலிருந்து, இப்பகுதியைத் தனியாக்கினால் மிகச் சிறுநாடாக இருக்கும், இச்சிறுநாடு, எப்படித் தனிஆட்சி நடத்தமுடியும் என்று, பலர் கேட்கின்றனர். இவரில் சிலர் உண்மையாகவே சந்தேகங் கொண்டவர்கள்; மற்றவர் ஏதேனும் குறை கூறவேண்டுமென்பதற்காகவே இதுபோல் பேசுபவர்கள். "திராவிட நாடு" சிறுநாடுமல்ல, உண்மையிலேயே சிறு நாடுகளாக உள்ளவைகளும், தனிஆட்சி நடத்தாமலுமில்லை என்பதை விளக்குவது, அடுத்துள்ள படம். "திராவிட நாடு"ம், அதைச்சுற்றிலும் போலந்து, பின்லந்து, டென்மார்க், போர்ச்சுகல், ருமேனியா, இங்கிலந்து, பெல்ஜியம், ஜெர்மனி, கிரீஸ், நேபாளம், பல்கேரியா ஆகிய நாடுகளும் சித்திரத்தில் காட்டப்பட்டுள்ளன. "திராவிட நாடு" மற்ற நாடுகளைவிடப்பெரிதாக இருப்பதைக் காணலாம். எல்லா நாடுகளின் படமும், 300 மைலுக்கு ஒரு அங்குலம் என்ற அளவிலே வரையப்பட்டுள்ளன திராவிட நாடே, இத்தனை நாடுகளையும்விடப் பெரிது என்பது இதனால் விளங்கும் என்று கருதுகிறோம். திராவிட நாட்டைவிட, எவ்வளவோ சிறியதாக உள்ள நாடுகள் தனியாட்சி நடத்தும்போது, திராவிடநாடு தனியாட்சி நடத்தமுடியாதா என்று யோசிக்கும்படி, தோழர்களைக் கேட்டுக் கொள்கிறோம்.

அழைப்பு

தாய்நாட்டின் விடுதலையைக் குறிக்கோளாகக்கொண்டு, பணிபுரிபவனே, வீரன்——விவேகி. அவனுடைய அறிவும் ஆற்றலும் அந்த அரும்பணிக்கே, அர்ப்பணிக்கப்பட வேண்டும்.

உலக வரலாற்றுச் சுவடியிலேயே,தாய் நாட்டின் விடுதலைக்காகப் போரிட்ட மாவீரர்களைப் பற்றிய செய்தியே, உன்னதமான பகுதி.

மணிமுடிதரித்து மன்னன் தங்கச்சிங்காதனத்தின் மீது வீற்றிருக்க, நடனமாதர் கடை காட்டி இடை அசைத்து, அவனுக்கும் அவனை அண்டிப்பிழைக்கும் அலங்காரப் பொம்மைகட்கும் களிப்பூட்ட, அக்காட்சியினை அகவலாகவோ, சிந்து ஆகவோ ஆக்கிடும் புலவனின் கவிதைகளைவிட, தாய்நாட்டின் விடுதலைப் போருக்காகக் களம்புகுந்தகாளை, தன்உடலிலே எதிரியின் வாள் பட்டதால் வழிந்தோடும் இரத்தத்தைத் துடைக்கவும் நேரமின்றி, வீரப் போர்புரிந்து கீழே விழும் போதும், "என் நாட்டுக்காக நான் ஆற்ற வேண்டிய கடமையைச் செய்வேன். நான் துவக்கிய பணியைத் தொடர்ந்து நடத்த என் தோழர் வருவர். வாழ்க தாயகம் !" என்று வீர முழக் கமிடும் ஒலி, இன்பம் ஊட்டக்கூடியது மட்டுமல்ல, மன எழுச்சி தரக்கூடியது.

விடுதலைப் போர், முடிவுற்று, அன்னை பாரத தேவி அரியாசனம் ஏறும் இந்நாள், முன்னாள் நடை பெற்ற காதையைக் கூறுகிறாயோ என்று கேட்கத் தோன்றும் நண்பர்கட்கு.

இது முன்னாள் காதையுமல்ல - இந்நாள் நடைபெறும் முடிசூட்டுவிழாவினை ஒட்டிய விஷயமுமல்ல. இது, இந்நாள் ஏக்கம் —— நாளையதினம் நடத்தப்பட வேண்டிய பணிக்கான துவக்கம்.

விடுதலைப்போர் திராவிடத்தின் விடுதலைப்போர்—— இந்திய துணைக் கண்டத்து விடுதலைப்போர் எனும் பழங்கதை அல்ல.

பரங்கிக்கும் - பனியாவுக்கும் இடையே நடைபெற்ற போர், ஒருவாறு முடிவுபெற்றது - பனியாவுக்குப் பீடம் கிடைத்து விட்டது. பீடம் ஏறும் பனியாவின் பிடியிலே சிக்கியுள்ள திராவிடம் இனித் தன் விடுதலைக்காகப் போரிட்டாக வேண்டும்.

திராவிடம், வெளிநாட்டானின் பிடியில் மட்டுமல்ல, அறியாமையின் பிடியில், சிக்கிச் சிதைகிறது. இயற்கைச் செல்வத்தை எத்தர்கள் சுறண்டிச் செல்கின்றனர். சிந்தனையையோ, அறியாமையையோ கலை உருவிலே புகுத்திய கயவர் வழி வழிவந்தவர்கள், செல்லென அரித்து வருகின்றனர்.

தேய்ந்து வருகிறது திராவிடம் !

தெருவெலாம் வறுமை தாண்டவமாடுகிறது !

கடல் கடந்த நாடுகளிலே எல்லாம் திராவிடர் கூலிகளாயினர் !

திராவிடத்தின் இந்நாள் நிலையினை எண்ணிடுவோர், ஒரு பெரும் விடுதலைப் போர் நடத்தியே தீரவேண்டும், என்ற முடிவுக்கு வந்தேதீருவர்.

ஒரு வஞ்சக ஏகாதிபத்தியம் இன்று திராவிடத்தைக் கொஞ்சிக் குலவி சொக்க வைக்கிறது—சேல் விழியும் பாதிமதியும்கொண்ட மங்கை நல்லாளை செல்வச் செருக்கும் வஞ்சக நினைப்பும் கொண்ட காமுகன், கனிமொழி பேசி ஏய்ப்பது போல.

பொருளாதாரபலமும், பிரசாரவசதியும், ஆயுதபலமும், அந்தணரின் ஆசீர்வாதபலமும், அமோகமாகக் கொண்டுள்ள வடநாட்டு ஏகாதிபத்தியத் தொடர்பை அறுத்துக்கொண்டு, முப்புறம் கடலும், எப்புறமும் வளமும், அதனைப் பயன்படுத்தும் நாலரைக் கோடி மக்களும் கொண்ட திராவிடம் தன்னாட்சி பெற்றாக வேண்டும்.—அதுவே விடுதலைப் போரின் குறிக்கோள்!

இந்நூல் உங்கள் பார்வைக்கு மட்டுமல்ல—மாற்றுக் கட்சிக்காரரின் பார்வைக்கும் கூட.

சி. என். அண்ணாதுரை

என் நாடு

"சூழும் தென்கடல் ஆடுங்குமரி
தொடரும் வடபால்
அடல் சேர் வங்கம்
ஆழுங்கடல்கள் கிழக்கு மேற்காம்
அறிவுத்திறனும் செறிந்த நாடு."

"இது எனது நாடு, பொன்நாடு, நான் பிறந்த நாடு நானிலத்திலே இதற்கில்லை ஈடு" என்று உள்ளத்திலே உவகையும் எழுச்சியும் பொங்கிடச் செய்யும் விதத்திலே, எல்லைக்கோடும் எழிலும் விளக்கி, இயல்பும் வளமும் இயம்பி, கவி கனகச் சுப்புரத்தினம் (பாரதிதாசன்) திராவிட நாட்டுப் பண் அமைத்தார். திராவிடநாடு திராவிடருக்கே, என்ற பேரிகையைப் பெரியார் கொட்டினார். அந்த முழக்கம் வீரர்களின் கண்களிலே ஒளியையும், எதிரிகளின் நெஞ்சிலே சளியையும் கவிகளின் உள்ளத்திலே உணர்ச்சியையும் ஊட்டிற்று. பற்று எனும் பூந்தோட்டத்திலே மலர்ந்தது புரட்சிப் பண் ! அதன் மணம் எங்கும் பரவி எவருக்கும் மகிழ் வூட்டி வருகிறது.

திராவிடத் திருநாட்டினிலே ஆரிய அரசா? அதற்குப் பார்ப்பன முரசா? என்ற கேள்வி பிறந்து விட்டது. ஆங்கிலேயரை மிரட்டி அரச உரிமை பெற்று அதை அக்கிரகாரத்துக்குத் தானம்தந்து விடுவதா? அழகாகுமா ? ஆண்மையாமோ? என்று தன்மானமொழி கேட்கிறது. திராவிட அரசுரிமையைப் பெற, ஊனுடல் கேட்பினும் தரத்தயங்கேன் என்ற வீர உரை எழும்பிவிட்டது. எங்கும் இந்த எழுச்சி! மங்கிய உணர்ச்சி மீண்டும் பெற்றே தீருவோம் என்ற சூளுரை கேட்டுப் பூரிக்கிறோம்.

நாமிருக்கும் நாடு நமதென்பதறிந்தோம். இது நமக்கே உரிமையாம் என்பதும் தெரிந்தோம். இதனை இந்தியாவெனும் உபகண்டத்திலே பிணைத்திடும் சூதினை வெறுத்தோம். இனி, இந்த இணைப்புக்கூடாது, தனி அரசு நாட்டுவோம், என்று ஆணை கூறிடும் வீரர்களை அணி வகுப்புகளிலே கண்டோம், அகமகிழ்வு கொண்டோம்.

சொந்த நாட்டிலேயே அடிமைகளாகிச், சோற்றுத் துருத்திகளுக்கும் பாதந்தாங்கி வீரமிழந்து விவேகமிழந்து அவதிப்படும் திராவிட இனம், இன்று தன்னை அறிந்து எழுச்சி பெறவும், தனது நாட்டை மீட்கவும் துணிந்தது. இது உலகிலே நடைபெற்ற விடுதலைப்போர் வரலாறுகளிலே, இடம் பெறும் தன்மையது. மௌனத்தால் இதனை மறைப்பதாக மனப்பால் குடிக்கும் மௌடிகர்களும், மிரட்டி அடக்கப்படும் குருடர்களும், காலமெனும் குருவிடம் பாடங்கேட்பர். அவர் பற்றி நமக்குக் கவலையில்லை. திராவிடநாட்டுப் பிரிவினையை, நீதிக்கட்சி, திருவாரூர் (மாகாண) மாநாட்டிலே, ஏற்றுக்கொண்டது. பெரியாரின் பெருமுழக்கம், இந்தியாவின் பல்வேறு நகரங்களிலே, பரவிற்று. அசாமிலுள்ள கௌஹத்தியிலிருந்து அம்பா சமுத்திரம்வரையிலே, பாஞ்சால நாட்டு லாகூரிலே, வங்க நாட்டுக் கல்கத்தாவிலே, ஐக்ய மாகாண காசியிலே, ஆந்திரத்திலே, மராட்டிய நாட்டிலே, பல்வேறு நகர்களிலே, பெரியார் திராவிட நாட்டுப் பிரிவினை கோருகின்றனர் என்பது மட்டுமல்ல, அதைத்தவிரப் பிரிதொன்றையும், நாட்டுநலிபோக்கும் மருந்தென்று கொள்ளார் என்ற நிலையும் உண்டாக்கி விட்டது. திராவிடநாட்டுப் பிரிவினைக் கிளர்ச்சியின் எதிரொலியெனக் கிளம்பிய பாகிஸ்தான் திட்டம் வெற்றி பெற்று விட்டது. முஸ்லீம் லீகின் ஜீவாதாரக் கொள்கையாக்கப்பட்டு விட்டது.

மற்றோர் மகிழ்ச்சிகரமான செய்தி. இனமறியாது இடர்ப்படும் இழிகுல மக்களல்ல நாம்! பண்டைப் பெருமையும் பண்பும்

செறிந்த மக்கள், வளமும் வசீகரமும் மிளிரும் நாட்டுக்குடையோர், ஆனால் நம்மை நாம் மறந்தோம், நாட்டை இழந்தோம், நலிந்தோம்; நாம் யார், என்பதை நவிலவும் கூசிப் பார்ப்பனர் அல்லாதார் என்று, தனிப்பெயர் இல்லாதார் போலத் தடுமாறி வந்தோம். இந்நிலையைப் பெரியார் தீரமாக மாற்றித் திருவாரூரிலே, நாம் திராவிடர்கள் என்ற தீர்மானத்தை நிறைவேற்றினார். ஆனால் நமது கட்சிக்கோ இன்னமும் தென்னிந்திய நல உரிமைச் சங்கம் என்று பெயருளது. இனத்தின்மீது நமது இலட்சியம் அமைக்கப்பட்டிருக்கிறது என்பதை இந்தப் பெயர் எடுத்துக்காட்டவில்லை. எனவே சேலத்தில் கூடிய நிர்வாகக்கமிட்டி, இனி நமது கட்சியைத் தென்னிந்திய திராவிடர் கழகம் என அழைக்க வேண்டும் என்று தீர்மானித்தது.

இது நமது எதிர்கால வேலைத்திட்டத்திற்கு மிக்க ஊக்கமும் ஆக்கமும், எழுச்சியும் கவர்ச்சியும் தரக்கூடியது என்பது நமது கருத்து. இன்னமும் தெளிவாகத், தென்னிந்திய என்ற தொடரையும் நீக்கிவிட்டுத், திராவிடர்கழகம் *(Dravidian League)* என்ற பெயரை ஏற்று, நமதுகட்சி, திராவிடநாட்டுப் பிரிவினையை மூலாதார வேலைத் திட்டமாகக் கொள்ள வேண்டுமென்பது நமது நோக்கம். நாம் திராவிடர், நமது நாடு திராவிடநாடு, நமது நோக்கம் திராவிடநாட்டைத் திராவிடருக்காக்குவது. நாங்கள் பார்ப்பனர் அல்லாதார் என்று கூறிக்கொள்வதும், எங்கள் நாடு இந்தியாவிலே ஒருபாகம் என்று பேசுவதும், எங்கள் நோக்கம், பார்ப்பனரல்லாதாருக்கு நீதி கேட்பது என்றுரைப்பதும், ஏன்? நமக்கென்ன, தனிப்பெயர் இல்லையா, தனி இடம் இல்லையா, அதைக் கூறவும் கேட்கவும், வெட்கமா ! நீக்ரோ தன்னை நீக்ரோவென்று கூறிக்கொள்வதைப் பெருமையாகக் கருதுகிறான்! எஸ்கிமோவும் அப்படியே! நாடே இல்லாத யூதனுக்கும், இனப்பெயர் என்றால் ஓர் எழுச்சி! காடன்றி நாடு ஏதும் சொந்தமின்றி, கால் நடையாக இங்கு வந்து திராவிடரின் காலடியிற் கிடந்து இன்று தங்கள் காலடியிலே

திராவிடரைக் கிடத்திக்கொண்டு, பூதேவர்களாய், புண்ய சீலர்களாய், போக புருஷர்களாய், ஆண்டவனின் அர்ச்சகர்களாய், வாழும் இனம், தன்னை ஆரிய இனம், என்று கூறிப் பூரிக்கிறது. முடியுடைய வேந்தரையும் படையுடைய மாந்தரையும், வளமிகு தரணியையும் பெற்று வாழ்ந்த நாம், நம்மைத் திராவிடர் என்று கூறிக்கொள்ளக் கூசுவது, மடமையன்றோ!

பூகோள போதனை !

பிரிட்டிஷ் பிரபுக்கள் இந்திய உப கண்டத்தில் ராஜப் பிரதிநிதிகளாக வராமலிருந்த காலம் ஒன்ற இருந்தது ! ஏன் ! பிரிட்டிஷ் பிரமுகர்கள் மொகல் தர்பாரிலே, அனுமதி பெற்று பேட்டி கண்டு,சலாமிட்டுக் குனிந்து நின்று, ஜாடை தெரிந்து சரக்கைக்காட்டி, வினயமாக வியாபாரம் செய்த காலம் ஒன்று இருந்தது. பொன்னும் மணியும் கொழித்த காலம்! வீரரும் தியாகியும் உலவிய நேரம்! வாழ்க்கை ஓர் விருந்தாக இருந்த வேளை. அந்தக் காலத்திலே திராவிடம் தனி! பாகிஸ்தான் தனி! இந்து மன்னர்கள் தனித்தனி! அந்தக் காலத்திலே கட்டப்பட்ட அழகிய தாஜ்மஹாலைத்தான், அகில உலகிலிருந்தும் வரும் யாத்ரீகர்கள் இன்றும் கண்டு, போற்றுகின்றனர்.

"அகிலும் தேக்கும் அழியாக் குன்றம்
அழகாய் முத்து குவியும் கடல்கள்
முகிலும் செந்நெலும் முழங்கு நன்செய்
முல்லைக்காடு மணக்கும் நாடு"

என்ற விதத்தில் இருந்தது திராவிடநாடு.

சரிதமும் பூகோளமும் சேர்த்துப் பார்ப்போமானால், இந்திய பூபாகத்தில் மூன்று தனி அரசுகள் அமைவதே முறை என்பதை யாரும் உணர்வர்.

பூகோளத்தையுங் கூட, போதனைக்காக மட்டுமன்றி, தெளிவுக்காகப் படிக்கும் யாவரும், இந்தஉபகண்டம், நிலப்பண்பு, சீதோஷ்ணப் பண்பு ஆகியவைகளிலே, மூன்று தனித்தனி இடமாக இருத்தலைக்காணலாம். மலையும் மணல்

வெளியுங்கலந்த வடமேற்குப்பாகம், இமாலய அடிவட்டாரம் என்னலாம், வளமும் வற்றாநதிகள் பாய்வதுமான கங்கை நதி தீரம், தென்பீட பூமி, என்று மூவகை நாடுகள், உள்ளன. இவை, பிரிட்டானியர், டென், ரோமன், நார்மன் எனும் பல்வேறு இனத்தவருக்குத் தம்நாடு வேட்டைக் காடாவதைக் கண்டு கசிந்து கிடந்த காலத்திலே, தேன் கசியும் கவி இயற்றி, மணம் வீசும் வாழ்வுடன்,

"வானிடை மிதந்திடும் தென்றலிலே
மணிமாடங்கள் கூடங்கள் மீதினிலே
தேனிடை யூறிய செம்பவள
இதழ்சே யிழையாருடன் ஆடுவோமே"
என்று பள்ளுப் பாடி வாழ்ந்த இடங்கள்!

பூகோள போதனை புரியும் "பூஜ்யர்கள்" ஸ்காண்டிநேவிய தீபகற்பமென்று இயற்கையால் ஒரே வட்டாரமாக்கப்பட்டுள்ள இடம், ஏன் ஸ்வீடன் என்றும், நார்வே என்றும் இரு அரசுகளாகப் பன்னெடுங்காலமாக உள்ளன என்பதையும், ஐபீரியன் தீபகற்பம், ஸ்பெயின் என்றும் போர்ச்சுகல் என்றும் இரு பிரிவாக, இரு அரசாக ஏன் உள்ளதென்பதையும், இங்குள்ள பெரிய பண்ணை அளவுள்ளதான ஒரு லக்சம்பர்க் ஏன் தனி அரசு, தனிவாழ்வு கோருகிறதென்பதையும், சிறுநாடு களின் சுதந்திரங்களைக் காப்பாற்றவே, பிரிட்டன் சீறிப் போரிட்டது என்ற போர் நோக்க விளக்கத்தையும், மறந்துவிடத் துணிகிறார்களா என்று கேட்கிறோம். ஒருகோடி முஸ்லீம் ஒரே இடத்திலே வாழ்ந்து, வேற்றானிடம் அடிமைப்பட்டு இருக்கின்றனரா? இல்லை! எங்கும் தாருல் இஸ்லாம்! இங்கு மட்டுமே 10 கோடி முஸ்லீம்கள், அடிமை வாழ்வில் இருந்தனர். நாலு கோடி பேர், எங்காவது நயவஞ்சகரின் நாட்டியப் பொம்மைகளாகி உள்ளனரா? இல்லை ! திராவிடருக்கு மட்டுமே அக்கதி! இரு இனமும் இக்கதி பெற்றதன் காரணம், பூகோளப்

பித்தலாட்டமன்றி வேறென்ன? பூகோளத்தை விஞ்ஞானமும், இன எழுச்சியும் மாற்றியிருப்பதை யார் மறுக்க முடியும்? பூகோளத்துடன் விஞ்ஞானம் சேரவில்லையானால், சூயஸ்கால்வாய் ஏது? சொகுசான வியாபார வாழ்வுமேனாட்டாருக்கு எங்ஙனம் கிடைத்திருக்க முடியும்?

அயர்லாந்திலே ஒரு அல்ஸ்டர் ஏற்படுவதற்குள்ள காரணங்களைவிட ஆயிரமடங்கு அரிய பெரிய, சரித ஆதாரமுள்ள காரணங்கள், பாகிஸ்தான், திராவிடநாடு பிரிவினைக்கு உண்டு. மே.த. வைசிராய் பூகோளபோதனையை மறந்து சரிதத்தைச் சான்றுக்கழைக்க வேண்டும். நாலு கோடி "நாடாண்ட இனம்" தன்னரசுபெற உரிமை உண்டு. உரிமைப்போர், உபதேசத்தினால், மங்கிவிடாது.

திராவிடர் கழகம்

திராவிடர் கழகமும், பட்டம் பதவிகளை விட்டொழித்துவிட்டு, நாடு மீளவும் கேடு தீரவும் பணிபுரியும் அணிவகுப்பினை அமைக்கும் திட்டமும், உணர்ச்சியும் வேகமும் கொண்ட பல்லாயிரக்கணக்கான திராவிடத் தீரர்கள் ஆதரவைப் பெற்றுவிட்டன. ஒரு குழுவின்வெற்றியென்று நாம் கருதவில்லை; ஒரு இயக்க வளர்ச்சியிலே முக்கியமான, குறிப்பிடத்தக்க ஒரு கட்டம் என்றே கருதுகிறோம். தீவிரமான திட்டங்களை நிறைவேற்றி விட்டது, மனத்திருப்திக்காக அல்ல! திட்டங்களைத் தீட்டி விட்டு, எட்டிநிற்போராக இருப்பவர்களைப்பற்றிக் கவலையில்லை. அத்தகையவர்களுக்குத் திட்டங்களைப் பற்றியும் கவலையில்லை. ஆனால், கஷ்டநஷ்டம் ஏற்கும் துணிவுடன் அன்று அங்குக்கூடிய வீரர்கள். கூட்டம் விரும்புவது, விடுதலைப் போரினையேயாகும்! விவேக சிந்தாமணிக்கு விளக்கஉரை ஆற்றும் காரியத்திலோ, அரசியல் தந்திரங்களுக்கு அட்டவணை தயாரிக்கும் வேலையிலோ, அந்த அஞ்சா நெஞ்சுபடைத்த ஆயிரமாயிரம் தோழர்களுக்கு அக்கரை கிடையாது. அவர்கள், பட்டம் பதவி கிட்டுமா என்று பக்குவம் பார்த்துப் பொதுவாழ்வு நடத்தும் பண்பினரல்ல! ஒரு பெரிய, பண்டைப் பெருமை வாய்ந்த இனம் பாழாகிவிடுவதா, உலக வரலாற்று ஏடுகளிலே இடம்பெற்ற ஒருநாடு உதவாக்கரைகளுக்கு உலவுமிடமாவதா, இந்நிலையை மாற்றப் போரிடாது ஆண்மையாளர் என்ற பெய ரைத் தாங்குவதா, என்ற தீ உள்ளே கொழுந்துவிட்டெரியும் கோலத்துடன் கூடிய அந்த வீரர்கள் விரும்புவது, உரிமை ! ஆம் ! திராவிடநாடு திராவிடருக்கே என்ற உரிமையைத்தான் அவர்கள் விரும்புகின்றனர். அந்தக் கண்கள் காட்டிய ஒளி, அவர்கள் அன்று கிளப்பிய ஒலி, தோள் தட்டி மார்பு நிமிர்த்தி அணிவகுத்துநின்ற காட்சி, ஒரு இனத்தின் எழுச்சியின் அறிகுறியாக, விடுதலைப் படையின் எக்காளமாக, மூலத்தை உணர்ந்தோரின் முழக்கமாக,

இருந்ததேயன்றி, காருண்யமுள்ள சர்க்காருக்கு வாழ்த்துக்கூறிக், கனதனவான்களுக்கு நமஸ்காரம் செலுத்திச், சீமான்களுக்கும் சீமாட்டிகளுக்கும் சேதிகூறிடும் சிங்காரக்கூட்டமாக இல்லை. இதனை நாடு அறிதல் வேண்டும், நாமும் மனத்திலே பதியவைத்துக்கொள்ள வேண்டும்.

ஆளும் கூட்டத்தாரால் அலட்சியப் படுத்தப்பட்டு, மாற்றுக் கட்சிகளால் கேலி செய்யப்பட்டு, ஆரியர்களால் அவமதிக்கப்பட்டு, வட நாட்டவரால் வாட்டப் பட்டு, மண் இழந்து மானம் இழந்து, பொருளைப் பறிகொடுத்து மருளைத் துணைக்கழைத்து, மார்க்கமின்றி மதையாளரிடம் மண்டியிட்டுக்கிடக்கும் ஒரு இனம், அன்று, விடுதலை பெற்றுத்தீரவேண்டும், அதற்காக நான் உழைப்பேன் ! உயிர் அளிப்பேன்! இடையே இன்பம் என்ற பெயரிலே எது வரினுங்கூட மயங்கிடேன் ! போரிடுவேன் ! பெற்றால் வெற்றிமாலை, இல்லையேல் சாவு ஓலை! என்று பெரியதோர் சூள் உரைத்த சூரர்கள் கூட்டம் அது.

வழக்கமாகக் கூடி வசீகரமாகப் பேசி, வளையாது குனியாது வாய்வீரம் காட்டிவிட்டு, வாகை சூடியதாக மனப்பால் குடித்துவிட்டுத் தோகையர் புடைசூழப் போகபூமிக்குச் செல்லும் சுகபோகிகளின் கூட்டம் அல்ல! வறுமையின் இயல்பைத் தெரிந்தவர்களின் கூட்டம்! பசியும் பட்டினியும் எப்படி இருக்கும் என்பதை அறிந்தவர்கள்!! பாட்டாளிகள், ஆனால் பார்ப்பனியத்தின் பாதத்தைத் தாங்கும் ஏமாளிகளல்ல; அந்தப் பார்ப்பனியத்தை மத சமுதாயத் துறைகளிலே முறியடிக்காமலேயே பட்டத்தரசராகிவிட முடியும் என்று கருதும் கோமாளிகளல்ல; ஊருக்கு உழைத்து உருமாறிக்கிடக்கும் உத்தமர்கள் கூடினர் அன்று. உறுதியை வெளிப்படுத்தினர், ஊராள்வோரின் உளமும் உணரும் விதத்திலே. பட்டம் பதவிக்காகவே கொட்டாவி விட்டுக்கிடக்கும் காட்சி என்றிருந்த பழிச்சொல்லை அன்று

துடைத்தனர், மணிமீது. கிடந்த மாசு துடைக்கப்பட்டது, ஒளி வெளிவரத்தொடங்கிவிட்டது. பட்டம் ஏன் ? பதவி ஏன்? பரங்கியும் பார்ப்பனனும் பார்த்தா, பாராண்ட தமிழனுக்குப் பட்டம் சூட்டவேண்டும்? கடல் கடந்தவன் தமிழன் இமயத்தில் புலி பொறித்தவன் தமிழன்! கடாரத்தைக் கொண்டவன் தமிழன்! ரோம்நகருக்குப் பொன்னாடை விற்றவன் தமிழன்! இலக்கியச் சுவையைக் கண்டவன் தமிழன்! எந்நாடும் வியக்கும் வீரன் தமிழன்! ஏறுநடையுடையான் தமிழன்! இன்னல்கண்டும் புன்னகைபுரிவான் தமிழன்! அவனுக்குப் பட்டம், சோப்பும் சீப்பும் கண்ணாடியும் விற்கவந்து, பின்னர் அரசாள ஆரம்பித்த துரைமார்கள் தருவதா ! ஏன்? அந்தநாள் தொட்டு, ஆரியன் தமக்கு இட்ட "சூத்திரன்" என்ற இழி பட்டம் போக்கச், சிறு விரலை அசைக்காதவருக்கு, இராவ்பகதூர் எதற்கு? இந்தப் பட்டமும் பதவியும், தமது காலிலே தட்டுப்பட்டால் மட்டுமே, எடுத்துக்கொள்ளும் பண்பினர் பலர் உண்டு! ஒரு சிலர் உண்டு, பகலிலே அதுபற்றியே பேச்சு, இரவிலே கனவு, எந்தநேரமும் அந்தச் சிந்தனையே !! அவர்களின் தொகை மிகக்குறைவு ! பிரிட்டனின் பாரதிதாசன் எனத்தகும் ஷெல்லி என்ற ஆங்கிலக்கவிஞன் கூறினதுபோல, "அவர்கள் சிறுதொகை ! நாம் மிகப்பலர் !!" மிகப்பலர்கூடி, அவர்களை "ஒன்று உமது இயல்பை மாற்றிக்கொள்ளுங்கள், அது இயலாது எனின், எமக்குத் தனிவாழ்வு நடாத்த வழிசெய்துவிடுங்கள்" என்று கேட்டுக் கொண்டனர். பட்டம் பதவிகளை விட்டுவிடுவது என்ற தீர்மானத்தின் கருத்து அதுதான் ! தளபதி பாண்டியன் அவர்கள் இத்தீர்மானத்தை ஆதரித்ததுடன், அது நடைமுறைக்கு ஏற்றதாக அமைவதற்கு முக்கியமாகக் கட்சியிலே ஒழுங்கான அமைப்பு வேலை இருக்கவேண்டும் என்று கூறினார்கள்."ஆம் செய்வோம்!" என்று கூறினர் அன்பர்கள்.

தமிழகத்தைப் பொறுத்தவரையிலே, தளபதிகள் இசைந்துவிட்டனர் இந்த ஆக்க வேலைக்கு. இதற்கான ஊக்கம் அளிக்கவேண்டிய பொறுப்பு உணர்ச்சியுள்ள

தோழர்களுடையது. இதைக்காரியத்திலே காட்டும் "சக்தி" வாலிபர்களிடம் இருக் கிறது. சிறுகிராமம் முதற்கொண்டு பெரியநகரம் வரையிலே செல்லுங்கள், செய்தியைச் சொல்லுங்கள், திராவிடர் கழகத்திலே, ஏராளமாகத் தோழர்களைச்சேர்த்துக்காட்டுங்கள். தலைவர்கள் ஆச்சரியப் படவேண்டும், அந்த அணிவகுப்பைக் கண்டு. ஆரியம் அலற, ஆங்கிலம் உணர ஒரு அணிவகுப்புத்தேவை! விரைவாகத் தேவை! வேலை மிகுதியாக இருக்கிறது. விடுதலைமுரசு கொட்டப்பட்டுவிட்டது. இன அரசுக்குப்போர், இறுதிப்போர் நடந்தாக வேண்டும். இன்றே கிளம்புக, திராவிடர் கழகங்களை நிறுவ, பலப்படுத்த!!

ஆந்திரமும் கேரளமும், இந்த வேகத்தைக் காணும்நாள் தூரத்தில் இல்லை. அதற்கான வழி வகையும் நிச்சயம் வகுக்கப்படும்.

இந்நிலையிலே, திராவிடர் கழகம் என்று பெயர் மாற்றியது பிடிக்கவில்லை என்றுகூறியும், கட்சியை நடாத்தும் உரிமை எமதே என்று உரைத்துக் கொண்டும், ஒரு சிலர், அறிக்கைகள் விடுவதுபற்றி யாரும் கவலைகொள்ளத் தேவையில்லை. கூந்தலுள்ளோர் வாரிமுடித்துக்கொள்ளட்டும்! நமக்கிருக்கும் கவலையெல்லாம், யாராலாவது, எந்த முறையினாலாவது, இன்று நமது இனமிருக்கும் நிலைமைமாறித் திராவிடநாடு திராவிடருக்கே ஆகவேண்டும் என்பதுதான்.
அதைச்செய்யவே நாம், வடுநிரம்பிய உடலும் வைரம்பாய்ந்த உள்ளமும், சிந்தனை ததும்பும் மனமும், செய்வகை அனுபவமும் தெரிந்த, சிறைக் கோட்டத்துக்கும் வீட்டுக்கும் வித்தியாசமிருப்பதாகவே கருதாத, ஓய்வுதெரியாத, ஒரு பெரி யாரின் தலைமையிலேகூடி நிற்கிறோம். அவர் களம். பல கண்டவர், போர்பல நடத்தியவர், போகவாழ்வை வெறுத்து ஏழைவாழ்வை நடாத்தி வருபவர். அவருக்கு அநேக தாலமுத்து நடராஜன்கள் கிடைப்பர். புற்றிலிருந்து ஈசல் கிளம்புவது போல வாலிபர்கள் வருகிறார்களே என்று

ஆளும்கூட்டம் ஆயாசத்தோடு கூறும் விதத்திலே, வாலிபர்களை வரச்சொல்லும் வசீகரம் அவருக்கு உண்டு. அவர் நமக்குப் போதும். வேறு சிலருக்கு வேறுசிலர் தேவையாம் !! நமக்கு அதுபற்றிக் கவலைவேண்டாம். போரிடத் தெரிந்த பெரியார், போர்வீரர்களுக்கு அழைப்புவிடுகிறார். போர்வீரர்கள் ! வருக, வருக ! நமக்கு வேறு அறிக்கை வேண்டாம்-தேவையுமில்லை.

உழைக்க வாருங்கள் ! பிழைக்கும் வழி என்ன என்று என்னைக் கேட்காதீர்கள் ! உங்கள் இனத்தை மீட்கவாருங்கள், அதற்கு ஏற்றசக்தி உண்டா என்று என்னைக் கேட்காதீர்கள் ! போருக்கு வாருங்கள் அது எப்படி முடியும், எப்போது முடியும்! என்று என்னைக் கேட்காதீர்கள் :—இதுவே பெரியாரின் அறிக்கை.

ஓய்வை விரும்புவோர் ஒதுங்கி நிற்கலாம், சாய்வு நாற்காலியினர் சாய்ந்து கிடக்கலாம், பதவிப் பிரியர்கள் பாதையைவிட்டு விலகலாம், மானத்தைப் பெற, உயிரையும் இழக்கும் மனப் இழக்கும் மனப் போக்குடையோர் வரலாம்!!

அந்தத் தைரியம்

"தமிழர்கள் மட்டுமே தேசத்தை ஆளலாம் என்ற தைரியம் ராமஸ்வாமி நாயக்கருக்கு இருக்கிறது. அதிலே தவறில்லை. அயர்லாந்து நம் மாகாணத்தில் 16-ல் ஒருபங்கு இருக்கிறது. டிவேலரா சுயராஜ்யம் நடத்தவில்லையா? தைரிய மிருந்தால் நடத்தலாம்."

என்று, அன்பர் ஆச்சாரியார், 1945 மே 28ந் தேதி மாலை சென்னை கோகலே மண்டபத்தில் நடந்த கூட்டத்தில் பேசினார். ஆச்சாரியாரின் பேச்சிலே, உபநிஷத்துக்களுக்குள்ளது போன்ற உட்பொருள் உண்டு என்பது, அரசியலில் உள்ளவர் அனைவருக்கும் தெரியும். குல்லூகபட்டர் என்ற பட்டம் அவருக்குண்டு, அது கேவலம் கேலிக் குறிப்பல்ல!!

தமிழர்கள் மட்டுமே, என்ற தொடரிலே, மட்டுமே என்பது ஒரு கண்ணியாக அமைந்திருக்கக்கூடும்; தைரியம் என்ற வார்த்தையிலே, ஏதேனும் புதைபொருள் இருக்கக்கூடும்; தவறில்லை என்பதிலேகூட திணித்திருப்பினும் ஆச்சரியப்படுவதற்கில்லை. தொடர்களுக்குள் புகுத்தப்பட்டிருக்கும் பொருள் கிடக்கட்டும், அந்தவாசகத்தின் முழு நோக்கமே கூட, இனப்பண்புக்கு ஏற்ற ஓர் வெடி வீச்சாக இருக்கக்கூடும். எது எப்படி இருப்பினும், ஆச்சாரியார், எந்தக் கருத்தைக்கொண்டு, எந்த நோக்கத்துக்காக இதைக்கூறி இருப்பினும், நாம், அவருடைய சிந்தனையை இழுத்து, அவர் சொல்லித் தீரவேண்டியதாகி விட்ட, தமிழர் ஆட்சி என்ற பிரச்னையை, அவர் புரிந்து கொண்டிருக்குமளவு, நமது உடன் பிறந்தவர் உணரவில்லையே என்பதை எண்ணியே உளம்வாடுகிறோம்.

ஆரியரின்றி நாம் நாடாளமுடியும் ! தமிழர் மட்டுமே என்றால் அதுவே உண்மையான பொருள். ஆச்சாரியாரும் அவருடைய சீட கோடிகளுங்கூட அதை அறிவர். வேண்டுமென்றே மன்றங்களிலே பேசுவர், தமிழர் என்றால் தமிழகத்திலே பிறந்து, தமிழ்பேசும் அனைவரும் தமிழரே என்று. ஆனால் உள்ளூர உணர்வர், தமிழர் என்றால், தமிழ்மொழியினர் என்பது மட்டுமல்ல, மொழி, விழி, வழி, மூன்றிலும் தமிழர் ! நோக்கம் நெறி இரண்டும், (விழி, வழி) தமிழருக்குத்தனி ! ஆரிய நோக்கம் வேறு, மார்க்கம் வேறு! தமிழர், எனில் தனி இனம் என்ற கருத்தே தவிற, மொழியிலே மட்டுமல்ல! எனவே ஆச்சாரியார் தமிழர் மட்டுமே என்று கூறினதன் பொருள், ஆரியரின்றிக், தமிழர் மட்டுமே இன அரசு நடத்தமுடியும் என்று விரியும். இதைத்தான் உண்மையில் பெரியார் விரும்புகிறார். ராமஸ்வாமி நாயக்கருக்குத் தைரியமிருக்கிறது !—என்று கூறும் ஆச்சாரியார், எப்படி அந்தத் தைரியம் பெரியாருக்கு இருக்கிறது என்பதை அறிந்திருக்கிறாரோ, இல்லையோ நாமறியோம். எனினும் அந்தத் தைரியம் இருப்பதற்குள்ள காரணத்தைக் கூறவிரும்புகிறோம். எதிர்த்தரப்புக் கானவைகளையே முதலிலே எடுத்தாராய்வோம். தமிழர் என்பதற்கு இன்று எதிர்த்தரப்பினர் கூறக்கூடிய குறைபாடுகள் ஏராளம்.

எப்படிப்பட்ட தமிழர் ? ஜாதியால் மதத்தால் பேதப்பட்டுக் கிடக்கும் தமிழர்! கல்வியிலே பிற்போக்கடைந்துள்ள தமிழர் ! கண்டவன் கைபிடித்திழுக்கும் கேவல நிலைக்குவந்துவிட்ட தமிழன் ! தரணி இழந்து பரணி மறந்து, தாசனாகி ஏசுதலைத் தாங்கித் தவிக்கும் தமிழன் ! வளமிழந்து, களம்மறந்து, வாழ்வுகசந்து தாழ்வடைந்துள்ள தமிழன்! மொழிசிதைந்து, பழி மிகுந்து, கழிகொண்டோன் காட்டும் குழியிலே குதித்திடும் குணம் கொண்ட தமிழன்! வாணிபம் இழந்து, அரசு இழந்து, அணைந்த விளக்காய், கவிழ்ந்த கலமாய், தூர்ந்த அகழாய்க் கிடக்கும் தமிழன் ! ஆங்கிலேயனுக்கு அடிமை, ஆரியனுக்குத் தாசன், வடநாட்டானுக்கு எடு பிடி, எனும் வெட்கமுறத்தக்க நிலைபெற்ற தமிழன் ! கூலியாகி

வெளிநாடு செல்லும் ஏழை ! காலிலே பிறந்தோம் கர்மவினையை அனுபவிக்கிறோம் என்று கருதும்கோழை ! நம்மால் ஆகாது, நாதன் விட்டவழி என்று நம்பும் நடைப்பிணம் ! ஆம் ! இன்றையத் தமிழன், வாள் ஏந்திய கரத்தோடில்லை, ஆரியனின் தாளேந்திக் கிடப்பவன்! அவனிடம் இன்று செங்கோல் இல்லை, ஒரு ஜாதிக்கு மற்றோர் ஜாதி எந்த அளவு உயர்வு, அல்லது மட்டம் என்பதைக் கண்டறியும் அளவுகோல் வைத்துக்கொண்டிருக்கிறான் ! தன் இனம் பிறஇனம், தன்மொழி பிறமொழி எனும் பாகுபாடுணரமுடியாத நிலையிலே உள்ளான் தமிழன் ! நெஞ்சு உரத்தை மங்கவைத்துக்கொண்டிருக்கிறான் தமிழன் !

ஆரியருக்குக் களிப்பூட்ட இந்தப் படப்பிடிப்பு போதும் என்று கருதுகிறோம்; போதாதெனில் இன்னமும், சிலபல சேர்த்துக்கொள்ளட்டும். நாம் மறைக்காமல் கூறுகிறோம்; இன்றையத் தமிழர் இழி நிலையிலே உள்ளனர்; இம்மியும் இதிலே எமக்குச் சந்தேகம் இல்லை. இப்படிப்பட்ட தமிழரைக்கொண்டுதான், தனி அரசு அமைக்கமுடியும் என்று பெரியார் கருதுகிறார்; ஆச்சாரியார் மொழியிலே கூறுகிறோம், "ராமஸ்வாமி நாயக்கருக்குத் தைரியம் இருக்கிறது."

எப்படிப்பட்ட தமிழர் என்பதை விளக்கினோம். இனி, ராமஸ்வாமி நாயக்கர் எப்படிப்பட்டவர், என்று எதிர்த்தரப்பினர் கூறக்கூடும், என்பதை அவர்களுக்கு வேலை வேண்டாம் என்பதற்காக நாமே கூறுகிறோம். எப்படிப்பட்ட ராமஸ்வாமி நாயக்கர் ?

கல்லூரி காணாத கிழவர் ! காளைப்பருவ முதல் கட்டுக்கடங்காத முரடர்! அரசியல் நோக்கத்துக்கான முறையிலே கட்சி அமைப்பு இருக்கவேண்டுமென்று அறியாத கிளர்ச்சிக்காரர்! பொதுமக்கள் மனம் புண்படுமே, புண்பட்ட மக்கள் கோபத்தால் தாறுமாறாகப் பேசுவரே, ஏன்

வீணாக அவர்களின் ஆத்திரத்தைக் கிளப்பவேண்டும், என்று யூகமாக நடந்து கொள்ள மறுப்பவர்! யார்யாரைத் தூக்கி விடுகிறாரோ, அவர்களாலேயே தாக்கப்படுபவர்! கவர்னரைக் காணவேண்டுமே, அதற்கேற்ற கோலம் வேண்டாமோ என்ற யோசனை அற்றவர்! தமிழ், ஆங்கில தினசரிகளின் ஆதரவு இல்லாதவர்! ஆரியமதம், கடவுள் எனும் மூடுமந்திரங்களைச் சாடுவதன் மூலம் கேடுவரும் என்று எச்சரிக்கும் போக்கினரின் இசைக்குக் கட்டுப்பட மறுப்பவர். ஆம்! ராமசாமியின் கட்சியிலே தோட்டக்கச்சேரி கிடையாது ! முனிசிபல் வரவேற்புகளும், முடுக்கான விளம்பரங்களும் கிடையாது. லண்டன்கிளை கிடையாது, லட்சாதிபதிகளின் 'பிட்சை' கிடையாது ! சாமான்ய மக்களின், இது அரசியல் இதுமதம், என்று பகுத்துப் பார்க்கவும் முடியாத மிகமிகச் சாதாரண மக்களின் கூட்டுறவைமட்டுமே பெற்றவர்! தேர்தலா? வேண்டாம் ! பதவியா ? கூடாது ! துரைமார் தயவா ! தூ! அது இனிப்புப் பூச்சுள்ள எட்டி ! என்றெல்லாம் கூறுகிறார். சிறைச்சாலை என்ற பேச்சுக் கேட்டால் முகம் மலருகிறது கிளர்ச்சி என்ற கருத்து இனிக்கிறது, இந்தக் கிழவருக்கு! இவ்வளவு வயதாயிற்று இவ்வளவு வருஷங்களாகப் பொதுவேலை செய்தார். ஒரு சர் பட்டம் பெற்றாரா, ஜினிவா போனாரா (சர்க்கார் செலவில் !) அமெரிக்கா போனாரா (அரசாங்கத்தின் செலவில் !) எதைக்கண்டார்! எட்டுமுறை சிறைக்கோட்டம் போய்வந்தார்! இவர் தானய்யா ராமஸ்வாமி நாயக்கர்!

இதைவிட அதிகமாக மயிலைவாசிகளின் மனத் திலே தோன்றமுடியாது என்று நம்புகிறோம். தோன்றினால் கூட்டிக்கொள்ளக் கோருகிறோம். ஏனெனில், எதிர்த்தரப்பினருக்கு முழுச்சலுகையும் கொடுத்து விடத் துளியும் நாம் தயங்கவில்லை. சற்று தாராளமாகவே கூடத் தருகிறோம்.

தாசரான தமிழர், கிழவரான கிளர்ச்சிக்காரர் !! சரி ! இப்படிப்பட்ட ராமசாமி இப்படிப்பட்ட தமிழரைக்கொண்டு, எப்படிப்பட்ட காரியம் செய்யமுடி யும் என்று தைரியம் கொண்டிருக்கிறார் தமிழர்கள் மட்டுமே தேசத்தை ஆளலாம் என்ற தைரியத்தைக் கொண்டிருக்கிறார்! எப்படி?

எப்படி எனில், அவர் ஓர் மாயாவி ! ஜால வேடிக்கைக்காரர் ! "வேடிக்கை பேசாதே" என்று கூறுவீர்; வேடிக்கையல்ல நாம் கூறுவது; தாசரான தமிழரைக் கொண்டு, வெறும் கிளர்ச்சிக்காரக் கிழவரொருவர், தேசத்தை ஆளலாம் என்று தைரியம் கொண்டுள்ளார் என்றால், மாயவித்தை தெரிந்தவராக இருந்தாலன்றி வேறு எப்படி முடியும் அவர்மட்டுமா, அன்பர்களே ! சிற்பி, ஓவியக்காரன், தொழிலாளி, இசைவாணன், இவர்களெல்லாம் மாயாவிகளே! அந்த மாயாவி இனந்தான் பெரியார்!

நாலைந்து சிறு வட்டில்கள், அவைகளிலே பலவர்ணக்குழம்புகள், கையிலே ஒரு சிறு, பூச்சிடும் கோல், எதிரே ஒரு திறை, இவ்வளவுதான்! இவைகளைக்கொண்டு கடலை, கன்னியரை, கனி குலுங்கும் சோலையை, காவலர் அஞ்சும் களத்தை, புன்னகையை மெல்லிடையை, கண்ணீரை விண்ணழகை, காலைக் கதிரோனை மாலைமதியை, இன்னோரன்ன பிறவற்றைச் சிருஷ்டிக்க முடியுமா? அதோ ஓவியக்காரனாகிய மாயாவியைப் பாருங்கள். இப்படி அப்படித் தீட்டுகிறான், ஏற இறங்கக் கவனிக்கிறான். இரவும்பகலும், களமும் வளமும், கனியும் பனியும், அவன் இடும் ஏவலுக்காகக் காத்துக்கிடக்கின்றன ! ஓவியக்காரன், ஒரு மாயாவி! மண்ணிலே பொன்காண்பீரோ? மாயாவியான தொழிலாளி காண்கிறான்! உப்புநீரிலிருந்து முத்து எடுக்கிறான்! காட்டிலிருந்து வாசனை எடுக்கிறான் ! விஷத்தைப்போக்கி விளையாட்டுக் கருவியாக்குகிறான் ! எதைச் செய்யாமலிருக்கிறான் அம்மாயாவி ! தோலைத் தட்டுகிறான் நாம் களிக்கிறோம், நரம்புகளைத் தடவுகிறான்

நாம் நாதவெள்ளத்தைப் பருகுகிறோம், என்னமோ கூறுகிறான் அது நம்மை ஏதேதோ உணர்ச்சிகளில் கொண்டுபோய் ஆழ்த்துகிறது; இவை இசைவாணனாம் மாயாவியின் செயல்!

இதனால் இது ஆகுமோ, என்ற கேள்விக்கு. இடமுண்டோ இங்கு ? மண்ணிலே தங்கம் ஏது? கடலிலே முத்து ஏது ? தட்டுத் தடவலிலே இன்பம் ஏது? வர்ணத்திலே சிருஷ்டி ஏது ? எப்படி முடியும்? என்று, தொழிலாளி, இசைவாணன், ஓவியக்காரன் ஆகியோரைக் கேட்டால், அவர்கள் நகைப்பர்! "என்னே இவன் குறைமதி!" என்று எள்ளி நகையாடுவர். மண்ணுக்குள்ளே நெடுந்தூரத்திலே புதைப்பட்டுக்கிடக்கும் பொன் இருக்குமிடமும் எடுக்கும் விதமும் பாட்டாளி அறிவான். தெரியாதான், இதிலே இதுவா,எப்படி? என்று கேட்பான். பெரியார் ராமசாமியின் பெரும்பணி இது போன்றதே. அவர் அறிவார், தாசராக உள்ள தமிழர், தரணி ஆண்டவர் என்பதும், தரணி ஆண்ட காலத்திலே தன்மானத்தை ஓம்பினர் என்பதும், மானத்தையும் உரிமையையும் பெரிதெனக்கொண்ட தமிழரிடை, ஜாதிப்பித்தம், வைதீகவெறி, அடக்கியாளும் ஆணவம், சுரண்டிப் பிழைக்கும் சூது ஆகியவைகள் கிடையா என்பதும், களத்திலே கடும்போரிடும் வீரர்கள் கபடரின் பொறியிலே வீழ்ந்தனர் என்பதும், மீண்டும் தம்மை உணரும் தன்மை பெற்று விட்டால், தமிழ் இனம் தாசரானதற்குள்ள காரணத்தைக் கண்டறிந்து விட்டால் அவர்கள்

"கொலை வாளினை எடடா மிகுகொடியோர் செயல் அறவே" என்று முழக்கமிட்டுக் கிளம்புவர் என்பதும், தமிழரின் இன்றைய நிலை தாழ்வுடையது இடர்மிகுந்தது என்றபோதிலும், தங்கள் இனத்தைக் கெடுக்கும் கொள்கைகளை அவர்கள் நீக்கிவிட்டால், களை எடுத்த வயலாவர், விழித்தெழுந்த வேங்கையாவர், என்பதும், பெரியார் அறிவார். மணி, மேலே மாசு! மடு, மேலே பாசி !

வயல், இடையே களை ! தமிழர், அவர்களுக்குள் தகாதாரின் கூட்டுறவு ! மாசுதுடைத்திடுக, பாசிபோக்கிடுக, களை நீக்குக, கபடரின் பிடியைப் போக்குக, என்று கனிவுடன் கூறுகிறார், சுடமை வழிநிற்கும் கிழவனார். அதுமட்டுமல்ல ! எங்ஙனம், பிறர் முடியுமா என்று கேட்கும்போதும், உண்மையாகவே செய்ய முடியாதிருக்கும்போதும், ஓவியக்காரனும், இசைவாணனும், தமது திறமையினால் இன்பத்தை அளிக்கின்றனரோ, அதுபோல, இவ்வளவு தாழ்நிலை அடைந்துள்ள தமிழரைக்கொண்டு தனி அரசு அமைக்கமுடியுமா என்றுபலர் எண்ணும் போது, தமிழரின் அந்நாள் நிலையும் இந்நாள் நிலையும் தெரிந்ததோடு மட்டுமின்றி, காலவேகம் கருத்து வேகம், பொதுவாகவே மக்களிடை உள்ள விழிப்பு ஆகியவற்றையும் அறிந்திருக்கும், "ரசனைக்காகவோ," சொற்பெருக்காற்றவோ, மட்டும் பயன் படும் அறிவாக அதனைக்கொள்ளாமல், மக்கள் விடுதலைக்கு மறுமலர்ச்சிக்கு, இன எழுச்சிக்கு, அந்த அறிவைத் துணைக்கொள்ளும் திறனும் அவரிடம் இருப்பதால், அந்தத் திறமை கஷ்டநஷ்டமெனும் சாணையிலே தீட்டப்பட்டுக் கூராக்கப்பட்டிருப்பதால், அந்த ராமசாமியால், தமிழர்மட்டுமே ஒரு தேசத்தை ஆளமுடியும் என்று தைரியமாகக் கூறமுடிகிறது ! அந்த ராமசாமியும், ஏடுதாங்கியாக இருந்திருப்பின், நாடு ஆள்வது என்பதற்காகக் கூடு விட்டுக் கூடு பாய்வது அரசியல் யூகம் என்று கொண்டிருப்பார், கனமாகி இருப்பார், ஆனால் இனம்மெலிந்து போயிருக்கும். துரைமாரின் தயவைத் தேடுபவராக இருந்தால் ஒரு சர் ஆகியிருப்பார், ஆனால் இனவிடுதலைக்கான எழுச்சி ஏற்பட்டிராது. அவர் கிளர்ச்சிக்காரர், சிந்தனைச் சிற்பியாக இருப்பதாலேதான், அரசியல் என்றால் பஞ்சாயத்து போர்டிலிருந்துதுவங்கிப் பாராளும் மெம்பராவது என்ற ஏணி அரசியலைக் கொள்ளாமல், இன விடுதலை என்னும் இடர்மிகுந்த காரியத்தில் இறங்கினார். அவருக்கு நிச்சயமாகத்தைரியம் இருக்கிறது, வீறுகொண்ட தமிழன் வைதீகத்தைக் கூறு கூறாக்குவான் என்று ! அவர், ஒரு கற்பனை உலகைக் காட்டத்

தேவையுமில்லை, தமிழர் ஆள ஒரு வெளிநாட்டைப் பிடிக்கத் தேவையுமில்லை. தமிழன் ஒருநாட்டுச் சொந்தக்காரன், இன்று அந்த இடம் சந்தையாகி விட்டது ! தமிழன் ஆண்டு பழக்கப்பட்டவன், இன்று ஆண்டவனுக்கு அன்பு செலுத்துவதாகக் கருதிக்கொண்டு ஆரிய அடிமையாக உழல்கிறான் ! ஆட்சிக்கேற்ற அருங்குணமும், நாட்டைப் பாதுகாக்கும் நல்வீரமும் தமிழனுக்கு உண்டு; இகம்பரம் என்று ஆரியன்மொழி கேட்டு ஏமாந்ததால் இகத்தை அவன் இகழ்ந்து வாதைப்படுகிறான். எனவே, பெரியார் "தமிழா ! நீ தனி இனம் ! தமிழா ! நீ தரணி ஆண்டவன் ! தமிழா ! உன்னை நீ உணராமல் உலுத்தருக்கு அடிமையானாய் ! பகுத்தறிவுப் படைதொடு, விடுபடு !!" என்று கூறினால், தமிழரின் உள்ளத்திலே அந்த உணர்ச்சி வேகம் பாய்ந்தால் "கிளம்பிற்று காண் தமிழர் சிங்கக் கூட்டம்" என்று கவிபாடும் காட்சியாகும் அது. எனவேதான், பெரியார் 'தைரியம்' பெற்றிருக்கிறார் ! அந்தத் தைரியத்துக்குப் பக்கபலமாக இருப்பது தளரா உழைப்பு !!

அந்தத் தைரியம், பெரியாருக்கு இருக்கிறது, அதை ஆச்சாரியார் உணர்கிறார். உணர்வதுடன், நமது மாகாணத்தைவிட மிகச்சிறிய அயர்லாந்து தன்னாட்சியுடன் இருக்கிறதே, தமிழர் ஒரு நாட்டை ஆள்முடியாதா என்று மேற்கோளுடன் கூடிய உற்சாகமூட்டுகிறார். ஆனால், உலகம் சுற்றியவர்கள், பட்ட தாரிகள், பாராளும் மன்றங்களைக் கண்டவர்கள், என்நாடு, என் இனம், என்று கூறிக்கொள்ளக் கூசுகின்றனர்; நம்நாட்டு ஆட்சி நமது என்று உரிமை பேச நடுங்குகின்றனர்; எனது இன விடுதலையே என் வாழ்க்கையின் இலட்சியம் என்று பேசப் பயப்படுகின்றனர்; தமிழர் மட்டுமே ஒரு தேசத்தை (தங்கள் தந்தையார் நாட்டை) ஆளமுடியும் என்று தைரியம் கொள்ளத் தயங்குகின்றனர்; திராவிடத் திரு நாட்டினிலே ஆரிய அரசா? என்று தட்டிக் கேட்கப் பயப்படுகின்றனர்; கூற அஞ்சுகிறார்கள். ஒரு பெரியாருக்கு இந்தத் தைரியம் இருக்கிறதே நமக்கு ஏற்படவில்லையே என்று வெட்கமும் அடையாமல், இருபது

வருஷம் கூட்டு மந்திரி சபை வேண்டும், என்று கூசாது நீட்டுகின்றனர் திரு ஓடு ! திரு இடமே ! இந்தத் தீரமிலாதார் திருந்தும் இடம் ஏதேனும் உண்டா? ஏன், ஆச்சாரியார் பெரியாருக்கு இருப்பதாகக் குறிப்பிடும் அந்தத் தைரியம் இவர்களுக்கு, சர்களுக்கு இல்லை?

திருமுகம்

நம் நாடு, "திராவிட நாடு " ஒரு காலத்தில் பரந்த சாம்ராஜ்யமாக இருந்தது. இன்று நாம், பழைய அளவு முழுவதும்கூடக் கேட்கவில்லை. சென்னை மாகாணம், என்ற எல்லையுள்ள இடத்தைக் கொடுத்தாலே போதும் என்று கூறுகிறோம். திராவிட நாடு என்ற திருப்பெயருடன், அதிலே நாம் தன்னாட்சி அமைக்க விரும்புகிறோம்.

திராவிட நாட்டின் அளவு, சிறியது என்று கூறிவிட முடியாது. இந்தியாவிலே ஒரு இணைப்பாக இருக்கும் நிலையிலே பார்த்தால், அப்படித் தோன்றும்; ஆனால் உலகிலே, தன்னாட்சியுடன் உள்ள பல்வேறு நாடுகளுடன் ஒப்பிட்டுப் பார்த்தால், திராவிட நாடு அளவில் சிறியது ஒன்று கூறி விட முடியாது.

சென்னை மாகாணத்தின் அளவையே நாம் இப்போது திராவிட நாடு என்று கொள்கிறோம். இந்த அளவு 142000, சதுரமைல் ஆகிறது. இதனைக்கொண்டு, மற்ற நாடுகளுடன் ஒப்பிட்டுப் பார்த்தால், 'திராவிட நாடு' என்று நாம் எல்லைக் கோடிடும் இடம் இங்கிலாந்தைப் போல ஏறக்குறைய இருமடங்கு பரப்புள்ளது. 14 அல்பேனியாவுக்குச் சமம். 27 அல்ஸ்டர்களுக்குச் சமம். 4 ஆஸ்டிரியாக்களைக்கொண்ட பரப்பு. 10 பெல்ஜியம், 2 ஜெக்கோஸ்லவேகியா, 3 கிரீஸ், 4 அயர்லாந்து, 10 ஹாலந்து, 4 போர்ச்சுகல், 14 பலஸ்தீன் இவைகளுக்குச் சமம்.

திராவிட நாட்டின் குடிவளம் குறைவற்றது. சிலநாடுகள், இடம் விரிந்தும், அதற்கேற்றபடியின்றிக் குடிவளம் குறைந்தும் இருக்கும். இதற்கு நேர்மாறாக உள்ள நாடுகளும் உண்டு. இங்கு இத்தகைய இன்னல் இல்லை. சென்னை

மாகாண ஜனத்தொகையின் எண்ணிக்கை சுமார் 4½கோடி யாகும் என்று கணக்கிட்டு இருக்கிறார்கள். தன்னாட்சியுடன் வாழவும், தக்க பாதுகாப்புடன் இருக்கவும், எந்த எதிர்ப்பையும் சமாளிக்கவும், கூடுமான அளவு குடிவளம் இருக்கிறது. அதிலும், "திராவிடர்கள்" திறமை, தீரம், உழைப்பு, உள்ளப்பண்பு, முதலியவற்றிலே குறைவில்லாதவர்கள். முன்னாள் முதலே, அவர்கள் முதல்வர்களாக வாழ்ந்திருக்கிறார்கள். வீரத்தைப் போற்றுபவர்கள். சாவுக்கு அஞ்சிப் பணிந்தவர்களல்ல. வாழ்வுக்காக மானத்தை இழக்க மறுத்த மரபினர். எனவே, இக்குணம் படைத்தவர்கள், தன்னாட்சியைக் காப்பாற்றிக் கொள்ள முடியும் என்று உறுதியாகக் கூறலாம்.

திராவிட நாட்டின் இயற்கை வளம்போல், உலகிலே பல நாடுகளிலே காணமுடியாது. பனி மூடியோ, பாலைவனம் மிகுந்தோ, மலைமிகுந்தோ மண்மேடாகவோ இருக்கும் நாடுகள் உண்டு. ஒரு பொருள்கிடைத்து மற்றவை ஏதும் கிடைக்காத நாடுகளும் உண்டு. திராவிட நாடு, இயற்கை வளம் குறைவறப் பெற்றுள்ளது. விளைபொருள்களுக்கு ஏற்ற இடம், அதற்காதாரமான ஆறுகள் பாய்ந்தோடும் அழகான நாடு. மலைவளம், காட்டுவளம் உண்டு. கடலோரக் காட்சியும் காணலாம். புதைபொருள் உண்டு. நாகரிக வாழ்க்கைக்குத் தேவையான சகல சாதனங்களையும் நாம் பெறமுடியும். வாழ்க்கையின் அடிப்படைத் தேவைகளான, உண்டி, உடை, இரண்டுக்கும், வெளிநாட்டவரை எதிர்பார்க்க வேண்டிய அவசியமேயின்றி, திராவிடம் தன்னாட்சியின் மூலம், திட்டமிட்டு வாழலாம். விஞ்ஞானகாலத் தேவைகளான, தாதுப்பொருள், மின்சாரம், ஆகியவைகளை ஏராளமாகப் பெறவும் வழி இருக்கிறது. புரண்டோடும் ஆறுகளெல்லாம், " அருட்பெருஞ்ஜோதி " யாக மாற்றப்பட வழி உண்டு. இயற்கை திராவிட நாட்டைச் சீராட்டுகிறது.

திராவிட இனம், மொழி வழி, தமிழர், தெலுங்கர், கேரளர், கன்னடர் என்று வேறுபட்டவர் எனினும், இனமூலம், கலை, வாழ்க்கைமுறை, என்பவைகளிலே ஒன்றுபட்டவர்கள். இப்பிரிவினர்களுக்குள் உள்ள வேறுபாடுகள், முரண்பாடுகள் அல்ல. இவ் உண்மையை உணர்ந்தால், இனத்திலே ஓர் ஒருமைப்பாடு வந்து சேரும். இந்த வேறுபாடுகள் நீக்கக்கூடியன, நீக்காவிட்டாலும், கேடொன்றுமில்லை. இவை, இனத்தின் ஒருமைப்பாட்டைக் கெடுக்கக் கூடியன வல்ல. திராவிட இனவளம் வரலாற்று உண்மை. மாவீரர்கள், மதிவாணர்களை ஈன்றெடுத்த இனம். சிறந்த வாணிகர்கள், சிற்பிகள், கவிகள், இசைவாணர்கள் இருந்தனர். தன்னாட்சியிலே தழைத்த மலர்கள், திராவிட நாட்டிலே நறுமணத்தைப் பரப்பின.

"புனலிடை மூழ்கிப் பொழிலிடை உலவு
பொன்னார் இழையும் துகிலும் பூண்டு
கனிமொழி பேசி இல்லறம் நாடும்
காதல்மாதர் மகிழுறும் நாடு"

என்று நமது கவிஞர் கூறினது கவிதை எழில் மட்டுமல்ல; உண்மை.

முன்னாளில், இங்குத் தன்னாட்சியும் தக்கோர் ஆட்சியும் இருந்ததால், இன்பவாழ்வு இருந்தது. பொன்சிகரமுள்ள மாளிகைகளைப் பற்றி, அகழி சூழ்ந்த கோட்டைகளைப்பற்றி, சோலையில் ஆடிய மயிலைப்பற்றி, அது ஆங்கு நடந்த நாரிமணியைக் கண்டு வெட்கமடைந்ததுபற்றி, வணிகரின் வளத்தைப்பற்றி, வீரரின் திறத்தைப்பற்றிப் படிக்கும்போது, இவை, இன்ப வாழ்வு பெற்ற இடத்துக் காட்சிகள் என்று எவரும் கூறமுடியும். முன்னாளில்,

"வானிடை மிதந்திடும் தென்றலிலே
மணிமாடங்கள் கூடங்கள் மீதினிலே
தேனிடை யூறிய செம்பவள
இதழ்ச் சேயிழையா ரொடும்"

ஆடி இன்புற்ற நாடுதான் நம் நாடு. முன்னாள் பொன்னாளாகத் தான் இருந்தது என்பதற்கு ஏராளமான ஆதாரங்கள் உள்ளன.

முன்னாளுக்கும் இன்னாளுக்கும் இடையே, திராவிடநாடு தேய்ந்தது. தீயர் கூட்டுறவால் திருஇடம் தீய்ந்தது. ஆரியரை அணைத்தது, உள்ளம்மெலிந்தது. கற்பனை உருவங்களைக் கைகூப்பித் தொழவும், நடமாடும் நயவஞ்சகத்தை நாதன் எனப் போற்றவும், உழைப்பவனை உதாசீனம் செய்து உரத்த குரலோனை ஆதரிக்கவும் தொடங்கிற்று. ஒரு இனத்தின் அழிவுக்குக் காரணமாக உள்ள அனைத்தையும், திராவிடம் கண்டது, கொண்டது; எனவே முன்னாள் பெருமையும் மாண்டது.

இந்நாள், 'திராவிடநாடு' என்பதே புதியதோர் பெயர் போலத் தோன்றும் நிலைமை. திராவிடம், இந்தியாவிலே ஒரு பகுதி. வீழ்ந்த ஜெர்மனியில், பிரிட்டிஷ் ஆட்சி ஒரு மாவட்டத்திலும் சோவிய ஆட்சி வேறோர் மாவட்டத்திலும், வேறு ஆட்சி வேறு புறத்திலும் என்று இருக்கக் காண்கிறோம். ஒரு ஆர்ப்பாட்டக்காரனை நம்பி அழிவுப்பாதையிலே சென்றதால் அந்நாட்டுக்கு இந்நிலை. நம்நாட்டு நிலையோ, ஆங்கில ஆட்சி, வாழ்க்கையின் ஒரு பகுதியில்; ஆரிய ஆட்சி வாழ்க்கையின் எல்லாப்பகுதிகளிலும்; வடநாட்டவர் ஆட்சி பொருளாதாரப் பகுதியிலே; நமக்கு எங்கும் தன்னாட்சி இல்லை ! எங்கும் நல்லாட்சி இல்லை ! தன்னாட்சியைவிட நல்லாட்சி இருக்கமுடியாதல்லவா? இவ்வளவுக்கும், நாம் யாரிடமும் தோற்கவில்லை. அவள் அதரம் நச்சு நீர் ஊற்று

என்று அறியாது, இன்பவல்லியின் இதழைச் சுவைத்துக்கொண்டே கீழே சாய்ந்தவன் போலாயிற்று திராவிட நாட்டின் கதி. திராவிடநாடு, ஆரியத்தின் வேட்டைக்காடு ! ஆங்கிலருக்கு அடிமைகள் வாழும் கூடு ! வடநாட்டவருக்கு, வகையில்லார் வாழும் சந்தை ! இந்நாள் நிலையில், திராவிடர், எடுப்பார் கைப்பிள்ளையாகி, நாடு, இனம், மொழி, யாவும் மறந்து, சிறுவாழ்விலே உள்ளனர். களைநிரம்பிய கழனி, சேறு நிரம்பிய குளம், கரைபடிந்த துகில், என்றாகிவிட்டது. அறிவுப்பஞ்சம் தலைவிரித்து ஆடுகிறது இங்கு. ஆண்மையாளர்கள், அஃதிலாருக்கு அடிமையாயினர். திராவிடம் இன்று கேவலம் ஓர் கேலிச் சித்திரமாகிவிட்டது.

ஒரு இனம், அழிக்கப்படுவது கொடுமை; அதனினும் கொடுமை, அந்த இனத்தவரையே அதனை அறிந்துகொள்ள முடியாதபடி அறியாமையில் ஆழ்த்திவைத்திருப்பது. வாழ்ந்த வணிகனிடம் கையாளாக இருந்தவன், வஞ்சகத்தால் உயர்ந்து, உயர்ந்த நிலையிலே, வீழ்ந்த வணிகனைத், தனக்குக் குற்றேவல் புரிபவனாக்கிக் கொள்ளல் கொடுமை. காணச் சகிக்காத கொடுமை ! அதனினும் கொடுமையை நாம் காண்கிறோம், நமது கண்களிலே இரத்தம் கசியவில்லை. ஆசியச் சமவெளியிலிருந்து ஆடு மாடுகளை ஓட்டிக்கொண்டு, பச்சையான இடம் நாடி வந்தவர் ஆரியர் என்று படிக்கிறோம். அந்த நேரத்தில் திராவிடம் உலக வல்லரசுகளில் ஒன்றாகத் திகழந்ததென்றும் படிக்கிறோம். அந்த ஆரியனது வழி வந்தவனின் அடிபணியும் திராவிடனை இன்று காண்கிறோம் ! இதனினும் கொடுமை வேறு என்ன காணவேண்டும் ! குயிலுக்குக் கோட்டான் இசை கற்றுக் கொடுக்கிறது, மயிலுக்கு மந்தி நடனம் கற்றுக் கொடுக்கிறது, என்றால் நம்புவரோ ! ஆரியர், தமிழருக்கு, மதம், கலை, நாகரிகம், சட்டம், யாவும் கற்றுக் கொடுத்தவர்; ஆரியமத கலை நாகரிகம் சட்டம் ஆகியவைகளைத் திராவிடர் ஏற்றுக் கொண்டுள்ளனர். வெற்றிபெற்ற ஆங்கிலேயனால், இந்திய பூபாகத்தைக் கிறிஸ்துநாடு ஆக்கமுடியவில்லை; வெற்றிபெற

வாள் எடுக்காத ஆரியத்தால், திராவிடத்தை, ஆரிய சேவாபீடமாக மாற்றிவிட முடிந்தது. உலக வரலாறு முழுவதும் தேடினாலும் இதற்கு ஈடான வேறோர் கொடுமையைக் காண முடியாது.

இன்று, ஏக தெய்வம், உருவமற்ற ஆண்டவனை வழி படுவதே உயர்ந்தோர் மார்க்கம் என்பதை உலகு முழுதும் கொண்டாடுகிறது. இங்கு மட்டுந்தான், கடவுள்கள் கூட்டம் கூட்டமாக உள்ளனர்! எல்லாவித உருவங்களிலும் உள்ளனர் ! ஏக தெய்வ வழிபாட்டுக்காரர் குறைவற்ற வாழ்வு வாழ, கடவுட்கூட்டத்தைக் கட்டிவாழும் இங்கு, வாழ்வே பெருஞ்சுமையாகி, 'பிறவா வரம் தாரும் பெம்மானே' என்று புலம்புகிறோம்.

மற்ற இடங்களிலே ஆண்டவன் வந்துவந்து போனதில்லை! இங்கு அடிக்கடி வந்து போயிருக்கிறார். ஒவ்வொரு தடவையும், பாபத்தைத் போக்கவே வந்திருக்கிறார்; வந்து போன பிறகு மீண்டும் மீண்டும் பாபம் தலையெடுத்து ஆடுகிறது.

மற்ற இடங்களிலே, மக்கள் யாவரும் சமம், ஒரு நாட்டிலுள்ளவர்கள் ஒரு தாயின் சேய்கள் என்ற எண்ணம்; எண்ணத்தோடு நில்லாமல் உறுதிப்பட வும் கெடாதபடியும் பார்த்துக்கொள்ள ஏற்பாடுகள் உள்ளன. இங்கு 'வாழ்கின்றார் முப்பத்து முக்கோடி மாந்தரென்றால் சூழ்கின்ற பேதம் அந்தத் தொகை இருக்கும்' என்ற நிலை இருக்கிறது.

மற்ற இடங்களிலே வீரர்களுக்குக் கோட்டம், இங்குக் கோட்டங்களிலே வீணருக்கே இடம்.

மற்ற இடங்களிலே அறிஞர்கள் போற்றப்படுவர்; இங்கு, ஆரியரன்றி அறிஞர் இலர் என்று எவன் ஒப்புக்கொள்கிறானோ அவனே அறிஞன்!

மற்ற இடங்களில் உழைப்புக்குப் பெருமை, இங்கு உயர்ந்தோன் உழைக்கலாகாது என்பது தான் நியதி.

மற்ற இடங்களிலே, பழைமைக்குக் கல்லறை, இங்கே புதுமைக்குச் சித்திரவதை.

இங்கு இன்றும் வேள்விகள், யாகங்கள், வேதபாராயணங்கள், குருபூஜைகள், அபிஷேகாதிகள், ஆராதனை வகைகள், யாவும் உண்டு. இவை யாவும், மனிதன் காட்டுமிராண்டிப் பருவத்திலே கற்றுக் கொண்டவைகள்; அறிவுக்காலத்துக்கு இவை ஆகா, என்று மற்ற இடங்களிலே விட்டு விட்டனர்.

மற்ற இடங்களிலே, ஜூவஸ், மினர்வா, அபாலோ, நெப்ட்யூன், தார், ஓடின், ஜுபிடர், முதலிய எண்ணற்ற "கடவுள்களை " வேலையினின்றும் நீக்கி விட்டனர். இங்கு இன்றும், காட்டேரி, முனியனைக்கூடக் கைவிடவில்லை.

மற்ற இடங்களிலே, அறிவாளியின் மொழியைக் கேட்டு அரசுகள் நடக்கின்றன; இங்கு ஆரிய மொழிப்படி நடப்பதே அரசதர்மம் என்ற எண்ணம் பலமாக இருக்கிறது.

இந்த நாட்டிலே தான், நீங்கள் வாழுகின்றீர்கள் என்பது கவனமிருக்கட்டும்.

மரத்தாலான ஏர், மண்வெட்டி, கூடை, முறம், பாய்மரமுள்ள படகு, கயிற்றால் ஆன வலை, கட்டைவண்டி, கைராட்டினம், இவைகளைக் கண்டுபிடித்த அளவிலிருந்து, காற்றை

அளக்கும் கருவி, காரிருளைப் போக்கும் மின்சாரம், கடலுக்குள் குடைந்து செல்லும் கலம், காதருகே உலகைக் கொண்டு வந்து சேர்க்கும் கருவி, இவைகளையும், இவைகளையும்விட அதி அற்புதமான முறைகளையும் கண்டு பிடித்த வெளி உலகு, எவ்வளவு வளர்ந்திருக்கிறது, அத்துடன் ஒப்பிட்டுப்பார்த்தால், இங்கு நாம், எந்த அளவோடு நின்று இருக்கிறோம் என்று எண்ணிப்பாருங்கள்.

இந்த நாட்டிலே நீங்கள் "தீண்டாத மனிதனை"ப் பார்க்கிறீர்கள் ! இந்த நாட்டிலே "சேரிகளை"ப் பார்க்கிறீர்கள். இங்கே "தொடாதே ! எட்டி நில்!" என்று கூறும் பார்ப்பனரைப் பார்க்கிறீர்கள் ! அவன் வாழும் அக்ரகாரத்தையும் பார்க்கிறீர்கள் ! மேனி கருத்தவனை, மேனி மினுமினுப் புடையவன், உழைப்பவனை உறுஞ்சி வாழ்பவன் மிரட்டக் காண்கிறீர்கள். நாயும் பன்றியும் நடமாடினாலும் சகித்துக் கொள்பவர்கள், மனிதனை, "தாழ்ந்த குலம்" என்று வைத்திருப்பதைக் காண்கிறீர்கள்.

அதிகாரிகளை அடிமை கொள்ளும் அதிகாரி யாய், படித்தவனைப் பணியச் சொல்லும் குருவாய், பணக்காரனைப் பணம் திரட்டப் பாதகாணிக்கையாகத் தரச்சொல்லும் ஆசார்யனாய் வாழும் ஆரியர்களைக் காண்கிறீர்கள்.

இங்கே பஞ்சை பராரியை, பட்டினிப் பட்டாளத்தையும் பார்க்கிறீர்கள். பவனி வரும் பட்டுப் பட்டாடைக்காரனையும், அவன் கொட்டு முழக்கத்துடன் தூக்கிவரும் கோயில் சாமிகளின் கோலாகலத்தையும் காண்கிறீர்கள்.

பாட்டாளியின் உடலிலே சேறு இருக்கக்காண்கிறீர்கள். பாடுபடாதவன் உடலிலே சந்தனம் இருக்கக் காண்கிறீர்கள். தரித்திரம் தாண்டவமாடுவதையும் பார்க்கிறீர்கள். 'தனலட்சுமிகளாக' உள்ளவர்களையும் காண்கிறீர்கள்.

இந்த நிலை போக வழி என்ன என்ற ஆராய்ச்சியிலே ஈடுபடாமல், வந்த நிலைக்குக் காரணமாக வியாசர் கூறுவது என்ன, வேதம் சொல்வது என்ன என்று ஏடு புரட்டும் வேலையிலே ஈடுபடும் பெரியவர்களைப் பார்க்கிறீர்கள்.

ஜாதிக்குள் ஜாதி, குலத்துக்குள் குலம், ஒன்றுக்கொன்று சச்சரவு, என்ற பேதத்தின் பெருங்கூத்தைப் பார்க்கிறீர்கள். பேச வாயில்லையா? கேட்கத் துணிவில்லையா? எதிர்க்கத் தைரியமில்லையா? இதற்கெலாம் நேரம் இல்லையா? இவை உமது கடமை அல்லவா?

தேசியம் பேசுவதால், இவற்றுக்கெல்லாம் நேரம் இல்லையாம். இந்நாடு, அன்னியனிடம் அடிமைப்பட்டிருக்கும் 'ஒரு தொல்லை' மட்டுமே இருப்பதானால், அந்தத் தொல்லையை ஒழிக்கப் பாடுபட்டால் போதும் என்று கூறுவது அறிவுடைமையாகும். வண்டிக்கு அச்சு முறிந்திருக்கிறது, 'கழுத்துக்கட்டு' காணப்படவில்லை, சக்கரத்தில் கிளைகள் ஒடிந்து கிடக்கின்றன! மாட்டின் கொம்புக்கு வர்ணம் பூசி விட்டால், வண்டி பூட்டி விட முடியுமா? நாட்டிலே உள்ள 'அடிமைத்தனம்' ஒன்றல்லவே! குப்பை மேட்டின்மீது குரைத்துக் கொண்டிருக்கும் நாயைக், குறிபார்த்து அடிக்க வேண்டுமானால் நமக்கும் கொஞ்சம் உயரமான இடம் வேண்டுமே, நின்று கொண்டு கல்வீச! கைவலிக்கப் பல கல்வீச வீச, குப்பை மேட்டிலே, ஒரு இடத்திலிருந்து வேறோர் இடத்துக்கு நாயும் நகர்ந்து கொண்டிருக்குமே! தப்பித்தவறி ஓடினாலும், கல் வீசும் சத்தம் நின்றதும், குக்கல் மறுபடி வந்து சேருமே! அடிமை மனப்பான்மை என்ற குப்பை மேட்டின்மீது குடி ஏறிஇருக்கும் அரசியல் அடிமைத்தனத்தை ஓட்ட, கிளர்ச்சி என்னும் கல்வீசிக் கண்டது என்ன? குப்பை மேட்டைக் கலைத்துவிட்டால், குக்கல் தானாகப் போய்விடுமே! சமூகக் கொடுமையை ஒழிக்கத்தொடங்கினால் அல்லவா, குப்பை

மேடு குலையும். எத்தனை காலத்துக்குத்தான் 'தேசியத் திரை'யினால், சமூகக் கொடுமைகளை மக்கள் அறிய ஒட்டாதபடி தடுத்துவைக்க முடியும் !

விசித்திர வைதிகர்களை வீதி சிரிக்கச் செய்தார் சாக்ரடீஸ்! உலகுணராதவர்களுக்கு அது உருண்டை என்று உரைத்து உதைபட்டார் கலிலியோ ! வைதிகத்தின் மடமையை வாட்டினார் வால்டேர் ! மக்கள் மன்றத்துக்கு மதிப்புதர வேண்டும் என்றார் ரூசோ. வேத புத்தகத்தை விற்று விபசார விடுதிக்குப் பணம் தரும் போகிகளைக் கண்டித்தனர், விக்ளிப், ஜிவிங்கிலி, மார்ட்டின் லூதர் போன்றார். அடிமைகளை விடுவித்தார் ஆபிரகாம் லின்கன். முதலாளியின் கொடுமையை எடுத்துரைத்தார் காரல் மார்க்ஸ்; அவர்களுக்காகப் போராடினார் லெனின்; சீனரின் சிறுமதியைப் போக்கினார் சன்-யாட்-சென்; துருக்கியரின் மதி தேய்வதைத் தடுத்தார் கமால்; இறைவன் பெயர் கூறி ஏழையை வஞ்சித்தவரைச் சந்தி சிரிக்கவைத்தார் இங்கர் சால்; பேதைமையைப் போக்கும் பணியை மேற்கொண்டார் பெர்னாட்ஷா! வாழ்க்கையிலே வாட்டம் வேதனை, வறுமையின் கொடுமை, வஞ்சகத்தின் ஆட்சி இவைகளிருப்பதைப் படம் பிடித்துக் காட்டினர், கோர்க்கி, டர்கினாவ், டாஸ்ட்டாவஸ்கி, சிங்களேர், போன்ற எண்ணற்றவர்கள். இவர்களும் இன்னமும் எண்ணற்றவர்களும் தோன்றித் தொல்லைப்பட்டு, தூற்றப்பட்டு, கொடுமைக்கு ஆளாகி, மனித சமாஜத்தின் மறு மலர்ச்சிக்காக, கொள்கைகளை, புதுக் கோட்பாடுகளை, எவருக்கும் எதற்கும் அஞ்சாது எடுத்துக் கூறிப் பாமரனுக்காகப் போராடியதால், இன்று பல்வேறு நாடுகளிலே, மக்களின் மனம் விடுதலை பெற்றது. அடிமை மனப்பான்மை அகன்றது. அதனால் அங்கு, ஒரு நாட்டை இன்னோர் நாடு அடக்க முடியவில்லை ! அடக்கினால், எரிமலை கக்குகிறது, மக்கள் மனமென்னும் கடல் பொங்கி வழிகிறது; புரட்சிப்புயல் வீசுகிறது. அதன் முன்பு, எந்தக் கொடியவனாலும் நிற்க முடியவில்லை. இங்கே, நடக்கும்

கொடுமைகளைக் கண்டிக்க, எடுத்துக்கூற, எதிர்க்க, பெரியார் ஒருவர்தானே இருக்கிறார் !

பாடுபடுபவன் பசித்திருக்கப், பாடுபடாதவன் பரிமள வாழ்வுடன் இருப்பது, முதலாளித்துவமுறை, சுரண்டல் முறை அல்லவா ? சுரண்டல் முறையை ஒழிக்க வேண்டுவது அவசியமல்லவா? பாடுபடாத பார்ப்பன இனம், பாடுபடும் திராவிட இனத்தின் உழைப்பிலே வாழ்கிறதே, இதை ஏன் திருத்த வில்லை?

கோடிக் கணக்கிலே பொருள் முடங்கிக் கிடப்பது, ஆரிய மத அமைப்பு முறைப்படி அல்லவா? ஆண்டுதோறும், அதே முறையினால் கோடிக்கணக்கிலே பணம் விரயமாகிறதல்லவா? இந்த 'விரயம்' நீக்கப்பட்டு, ஏழைகள் வயிறு நிரம்ப உணவுகிடைக்கச் செய்வதற்கு என்ன முயற்சி எடுத்துக் கொள்ளப்பட்டது?

விளைபொருள்களை வெளியே அனுப்பிவிட்டு, செய்பொருளை வாங்கியே ஒரு நாடு இருக்குமானால், அந்நாட்டுச் செல்வநிலை சீரழியாதா? வடநாட்டு நிலை அப்படி இருக்கிறதா? சகல பொருள்களும் அங்கே செய்யப்பட்டு இங்கே விற்கப்படுகிறதே, இதன் பலனாகத் திராவிடம் பட்டிக்காடாகவும், வடநாடு "குபேர பட்டினமாகவும்" மாறி வருகிறதே ! இது, முறையான பொருளாதார வளர்ச்சியா ? இரும்பு, பருத்தி, முதற்கொண்டு சகல தொழில் வளமும் வடநாட்டிலிருக்கிறதே. தொழிற் சாலைகள் அங்கே வளர்ந்து, ஆலை அரசர்கள் ஆட்சி செய்கின்றனரே! நாம் இங்கே "ஆடு ராட்டே" பாடினால், வாட்டம் ஓடுமா?

நம்நாட்டு 'முதல்' பர்மா போய்விட்டதே; நம் நாட்டு மக்கள் தூரக்கிழக்குத் தேசங்களிலே கூலிகளாகித் துயர்

உறுகிறார்களே! இங்கு 'பனியா படை எடுப்பு' நடந்ததே; இந்த நிலை வளர வளர, நாட்டின் சீரும் சிறப்பும் நசித்துப் போகாதா? நாடு நசிவதைப் பார்த்துக்கொண்டிருப்பதுதானா, நாட்டு மக்கள் மடமை ? நாதியற்ற திராவிடமாகத்தானா, திராவிடம் போய்விட வேண்டும்?

பிளவு கேடு பயப்பது ! பிரிவு அக்கேட்டைப் போக்கக் கூடியது. இந்தியாவிலே பிளவுகள் உள்ளன. பிளவுகளின் கேட்டினாலேயே பிரச்னைகள் பலவும் தீர்க்க முடியாததாகிவிட்டன. எங்கெங்கு, தனித்தனி பிரிவுகள், தன்னைத்தான் காப்பாற்றிக் கொள்ளக்கூடிய, தன்னாட்சி நடத்தக்கூடிய பிரிவுகள், அமைக்க முடியுமோ, அவ்விடங்களிலே தனி நாடுகள் அமைத்து விட்டுப், பிறகு, அந்தந்த நாடுகள், தத்தமது காரியத்தைத் தானாகக் கவனித்துக் கொள்ளும் ஏற்பாடு இருந்தால், ஏன் பிறகு, இந்த நாடுகளுக்குள் ஓர் தோழமை உண்டாகக்கூடாது! தோழமை, சமபலமுள்ள இருவருக்குள் தானே இருக்கமுடியும் ! சுரண்டும் பாகம் சுரண்டப்படும் பாகம் இரண்டும் ஒன்றாகவே இருக்கவேண்டுமானால், தொல்லையும் துயரமும், துவேஷமும் வளருமேயொழிய, தோழமை எங்கிருந்து முளைக்கும்?

ஐரோப்பாவிலே உள்ள தனி நாடுகளெல்லாம் கூடி, ஐரோப்பா ஒரு நாடு, நாம் யாவரும் ஒரே குடையின் கீழ்வரவேண்டும் என்று கூறுகின்றனவா? திராவிடத்தை மட்டும், தனிநாடு ஆகக் கூடாது என்று கூற யாருக்கு, என்ன அதிகாரம் இருக்கிறது? என்ன நியாயம் இருக்கிறது? மேலும், திராவிடநாடு, தன்னாட்சியோடு, தனி நாடாக இருந்ததுதானே? இழந்த இன்பத்தைத்தானே மீண்டும் கேட்கிறோம்? இது எந்தத் தர்மத்துக்கு விரோதம்?

"இந்தியா" பிரிட்டிஷ் ஏகாதிபத்யத்தினிடமிருந்து விடுதலை பெற்றது. ஆனால் அந்த விடுதலை மட்டும் போதாது.

இனத்தை இனம் அடக்கிக் கொடுமை செய்வதினின்றும் ஒவ்வோர் இனமும் விடுதலை பெறவேண்டும். முதலாளித்து முறையிலிருந்து மக்கள் சமுதாயம் விடுதலை பெறவேண்டும். வைதிகப் பிடியிலிருந்து விடுதலை பெறவேண்டும். பழைய கால எண்ணம் ஏற்பாடுகளிலிருந்து விடுதலை பெறவேண்டும். இவைகளுக்குப் பாதகமாக உள்ள சூழ்ச்சி, சுயநலம், பசப்பு, புரட்டு இவை யாவும் ஒழிந்தாக வேண்டும். ஆங்கிலேயனை அதட்டிக் கேட்கப் பயிற்சிபெற்று விட்டோம்; அவனும் இந்தியா, இனித் தங்கக் கம்பியாக இராது, அது தணலில் போட்டெடுத்த இரும்பு என்பதைக் கண்டுகொண்டான். ஆனால் 'விடுதலைப்போர்' ஒரு சிறையிலிருந்து மற்றோர் சிறை செல்வதல்ல. வெள்ளை ஏகாதிபத்யத்தை விரட்டி வேதியமடாதிபத்யத்திலே மாட்டிக் கொள்வது, விடுதலை அல்ல ! பரங்கியின் பிடியிலிருந்து விலகி பனியாவின் பிடியிலே சிக்கிக் கொள்வது, விடுதலை அல்ல. இந்திய விடுதலை என்ற இனிப்புப் பூச்சின் சுவையைக் கண்டு, மனு, மார்வார் கம்பெனி தயாரிக்கும் மாத்திரையையும் உட்கொண்டு, வீணராய், வறிஞராய், திராவிடர் ஆகிவிடக் கூடாது.

ஆகவேதான், "'திராவிடநாடு திராவிடருக்கே' என்று முழக்கமிடுங்கள்; உரிமைக்காகப் போராடுங்கள்" என்று கூறுகிறோம். திராவிடநாடு, நம் நாடு; நல்ல வளமுள்ள நாடு; தன்னாட்சிக்கு ஏற்ற நாடு; அதனைப் பெற, அதிலே தன்னாட்சி தழைக்கப், பணிபுரிவதே, திராவிட வாலிபனின் இன்றையக் கடமை. இதற்கு முன்பு வேறு என்றும் இல்லாத அளவுக்கு இக்கடமை இன்று நம்மை அழைக்கிறது. இது விடுதலைப் போர்க்கோலம் ! வீணருக்கு உழைத்து வீழும் காலம் அல்ல !

இந்நாளில் வாழும் நீங்கள் திராவிட விடுதலைப் போர்ப் படையின் முன்னணி வீரர்கள். உங்களுடைய முன்னேற்றத்தைப் பொறுத்தே படையின் வளர்ச்சியும்,

வெற்றியும் இருக்கிறது. எனவே வீரர்காள், முரசு கொட்டுக !
"வளமார் எமது திராவிடநாடு வாழ்க ! வாழ்கவே !!"

வீரர் வேண்டும்

"சுயமரியாதைக் கோட்பாடுகளை, ஜஸ்டிஸ் கட்சியிலே புகுத்திவிடுகிறார்களே! அரசியலிலே மதத்தைக் கலந்துவிடுகிறார்களே! அரசியல் கட்சியிலே, பலமதத்தினர், பல ஜாதியினர், பல வைதிகர்கள் இருப்பார்கள், அனைவருக்கும் அரசியல் கட்சிபொதுவாக இருக்க வேண்டுமேயல்லாமல், மதவிஷயத்திலே குறுக்கிட்டுப் பலரைக் கட்சியைவிட்டு விலகும்படி செய்யலாமா, கட்சிபலவீனமடைந்து விடாதா காரியம் கெட்டுவிடாதா?" என்று சிலர் கசிந்துருகுக்கின்றனர். இந்தப் போக்கினரிலே பலர், எதையோ எண்ணிக்கொண்டு வேறு எதையோ பேசுகிறார்கள் பட்டம் பதவியை எண்ணிக்கொண்டு, அதனை வெளியே எடுத்துப்பேசினால் வெட்கக்கேடாக இருக்குமே என்று அஞ்சி, கட்சியிலே தமக்கு இருக்கும் அளவிடமுடியாத அன்புப் பெருக்கினாலேயே அரசியலும் மதமும் வேறுவேறாக இருக்கவேண்டுமென்று கூறுவதாகப் பேசுகின்றனர். இந்தப் போக்கு கொண்டோரிலே, ஒருசிலர் உண்மையாகவே, அரசியல் கட்சியிலே மதப்பிரச்னையைக் கலக்கலாமா என்பதிலே சந்தேகமும் அதன்பயனாகச் சஞ்சலமும் கொண்டுள்ளனர். அந்தச் சிறு தொகையினரின் உண்மையான உள்ளக்கிளர்ச்சியை நாம் மதிக்க கடமைப்பட்டிருக்கிறோம். அவர்களின் உள்ளன்பை நாம் சந்தேகிக்கவில்லை. ஆனால் அவர்கள், தம்மையும் அறியாமல் அரசியலை இலாபச் சூதாட்டமாகக் கொண்டுள்ளவர்களின் வஞ்சக வலையிலே, வீழ்ந்து விடுவது கண்டு வருந்துகிறோம்.

நமது குறிக்கோள், சகலரும் சமுதாயத்திலே சம உரிமையோடு வாழவேண்டும், பார்ப்பன ஆதிக்கம் தொலையவேண்டும், என்பதுதானே, இந்தப் பெருநோக்கம் ஈடேறப் பணிபுரிவோம், இந்தப் பிரச்னையிலே வேறு பலவற்றைக் கொட்டிக் குழப்ப வேண்டாம், என்று கூறுகின்றனர்.

கண்ணியர்கள் இதனைக் கூறும் போது, வீணாக அவர்கள் விசாரப்படுகிறார்களே என்று நாம் பச்சாத்தாபப் படுகிறோம். கயவர்கள் இதனைக் கூறும்போது, என் சொல்வோம்! ஒழுக்கம், நாணயம், அன்பு, அறிவு, சமரசம், சற்குணம், முதலியவற்றைப்பற்றி ஒருதுளியும் கவலைப்படாமல் வாழ்க்கையிலே இன்பத்தை எப்படியேனும் பெறவேண்டும், எத்தனைபேர் பிணமானாலும் கவலை இல்லை, பணம் குவிந்தால். போதும், எவ்வளவு ஒழுக்கக் கேடுகள் கூத்தாடினாலும் அக்கரை இல்லை, ஒய்யாரமான வாழ்வு கிடைத்தால் போதும், என்று கருதி, அரசியலை வாழ்க்கைக்குச் சுவை தரும் விபசார மார்க்கமாக்கும் போக்கினர், அரசியலிலே மதத்தைப் புகுத்திவிடுகின்றனரே என்று கூறி ஆயாசப்படுவதாக நடிப்பது, நகைப்புக்கு இடமட்டுமல்ல, பொதுமக்களை எவ்வளவு சுலபமாக ஏய்த்துவிடமுடியும் என்று அவர்கள் கருதுகிறார்கள் என்பது விளங்கும்போது, இச்செயல், சீரியோர்க்குச் சீற்றத்தை மூட்டாதிருக்கவும் முடியாது!

அரசியலைப்பற்றியும் அவர்கட்கு அக்கரை கிடையாது; மதத்தைப்பற்றியோ அவர்களுக்கு மாசும்தூசும் தவிர மற்றது தெரியாது. இரண்டிலும் அவர்கள் கொண்டிருப்பது, கூளத்தை, பதரை; மணியையல்ல! உயரப்பறந்து கொண்டே கீழேகிடக்கும் பொருளைக் கண்டுபிடிக்கும் தொலைநோக்கித் திறமமைந்த கூரிய கண்படைத்த கருடனுக்குப் பார்வை படுவது, செத்த எலி, புழுத்த நண்டு, நெளியும் புழு இவற்றின் மீதுதானே தவிர, மதுரமான கனி, சுவையான பண்டம், இவற்றின்மீதல்ல. அது போலவே, அறிவுத்திறனை அளவின்றிப்பெற்று விட்டதாகக் கருதிக்கொண்டுள்ள இவர்களின் பார்வை அரசியலிலே, எதன்மீது படுகிறது? அரியாசனத்தின்மீதா? ஆண்மையாளருக்கேற்ற அணிவகுப்பின்மீதா? இல்லையே! பயனற்ற, பரங்கியின் பக்கநின்று பராக்குக் கூறும் பதவிமீது; அவன் அகில உலகுக்கும் தனதுவிசுவாசமுள்ள அடிமை என்பதை உணர்த்துவிப்பதற்குத் தந்து வரும் பட்டம்,

கமிட்டியிலே ஒரு இடம், ஆகிய இத்தகைய மிகமிகச் சில்லறைகள் மீதுதான் இவர்களுக்கு நோக்கம்!

இயல்புக்கு ஏற்ற எண்ணம்! பஞ்சத்தால் அடிபட்டுக் கிடந்தவனுக்குப் பழங்கஞ்சி கிடைத்தாலும் அதுவே பாலும் தேனுமாக இருப்பது போலப் பதவிப் பசி பிடித்தலையும் சிலருக்கு, இந்தப்போலி மதிப்புமட்டுமே உள்ள, சில்லறை அதிகாரங்கள் கிடைத்துவிட்டாலே போதும், சித்தம் குளிர்ந்து விடும், சத்தம் அடங்கி விடும். பராரிக்கூட்டத்துக்குப் பட்டாடை ஏது? கந்தலே கிடைக்கும். அதிலே ஒரு கந்தல் அழகாக இருந்தால் ஆனந்தம் அதிகமாகும்! மாட்டுக் கழுத்திலே கட்டப்படும் மணி, அந்த மாதருக்கு அணியாகிவிடும்! அதுபோல மிகமிகச் சாமான்யமான சில்லறை அதிகாரங்களைப் பெறுவதும், சிரித்துப் பேசக் கற்றுக்கொள்வதும், சீமான்களின் தோழமையைப் பெறுவதும், சிலாக்கியான காரியம், அதுவே அரசியல்மூலம் அடையவேண்டிய பேறு என்று எண்ணுகின்றனர் சிலர். கரிக்குக் கிடைப்பது அரிமாவுக்குக்கிடைத்தால் அரிமா அகங்குளிருமா? அதுபோலத்தான், தன்னலத்துக்காக எதோ ஒரு தகரக்குவளை போன்ற அதிகாரம் கிடைத்தால்போதும் என்று திருப்தி அடையச் சிலர் தயாரில் இருக்கலாம். தமிழன், தமிழ்ப்பண்பை இழவாதவன், வீரன், உண்மைத்தொண்டன், விடுதலைவிரும்புவோன், இவை தமைத் துச்சமெனக் கூறிடுவான், தூ தூ என்று ஏசிவிடுவான், அவன் விரும்பமாட்டான், காகிதப்பூஞ்சோலையை, கலர்க் கண்ணாடியாலான நகையை, கனியாத பலாவை!

அரசியலின் மூலம், நாம் வேண்டுவது, சில்லறைப்பதவிகளை அல்ல, சிங்கார வாழ்வையல்ல. நமது இனத்தின் விடுதலையை நாம் விரும்புகிறோம். அதற்கே அரசியலை நாம் துணைக்கொள்கிறோம். அதன் பொருட்டே அரசியலிலே பணியாற்றுகிறோம். எந்தத் திராவிட இனம் இந்த மாநிலம் முழுதாண்டிருந்தார், இணையின்றி வாழ்ந்தார்

தமிழ்நாட்டு வேந்தர், என்று நமது புரட்சிக்கவி பூரிப்போடு கூறினாரோ அந்த வேந்தர்கள் வீழ்ந்தபிறகு அரசு இழந்து ஆண்மை குறைந்து, அறிவு குழம்பிக்கிடக்கிறதோ அந்த இனத்தை மீண்டும் அரியாசனத்திருத்தி, ஆண்மைக்கும் அறிவுக்கும் உரிய உயரிய இடமளித்து, தக்கதோர் நிலையை உண்டாக்கவேண்டும் என்பதே, அரசியலின் குறிக்கோளன்றி, அனந்தாச்சாரியார்க்குக் கிடைக்கக்கூடிய சட்டசபை ஸ்தானத்தை, அடிவயிறு புண்படத் தேர்தல் பிரசாரம் செய்து, அடி உதைப்பட்டு, அறிவீனர்களின் ஏசலையும் பெற்றுக்கொண்டு, ஒரு ஆறுமுகப்பிள்ளைக்குக் கிடைக்கும்படி செய்வது அல்ல ! சேலம் இதனைத்தான் தெளிவாக்கி இருக்கிறது. இது தமிழகத்திலே தம்மையே தமிழரின் பணிக்காக அர்ப்பணம் செய்துவிட்ட, அழைப்பு கிடைத்ததும் தாலமுத்துக்களாகத் தயாராக இருக்கும், தன்னலமற்ற, தளராத பற்றுக்கொண்ட, தமிழ் இளைஞர்களின் இருதய கீதம்!

அனந்தாச்சாரியாரும் இராமபக்தர்; ஆறுமுகப் பிள்ளையும் அப்படித்தான். முன்னவரும் வர்ணாஸரமி, பின்னவரும் அவ்விதமே. ஆச்சாரியாரும் அவன் அருளையே வேண்டுவோர்; பிள்ளைக்கும் அதுவே நினைப்பு. இருவருக்கும், இந்தச் சமுதாய அமைப்பிலே அவ்வளவு அக்கரை கிடையாது, என்ற நிலை இருக்குமானால், அனந்தாச்சாரிக்குக்கிடைக்கும் இடம், ஆறுமுகம்பிள்ளைக்குக்கிடைக்கச் செய்வதால், யாதுபலன்? ஏன் அதற்காக ஒரு கூட்டம் வேதனையை அனுபவித்துக்கொண்டு, வீணருடன் மோதிக்கொண்டு, விதியற்றவர் கதியற்றவர் என்று மதியற்றவரால் தூற்றப்பட்டு, உழைக்க வேண்டும் என்று கேட்கிறோம். எத்தனை ஆயிரம்

வாலிபர்களின் உள்ளம் ஒடிந்திருக்கிறது, இந்த நிலைமையைக் கண்டு! அவர்களை இந்தப் பித்தலாட்ட பலிபீடத்திலே இன்னமும் எத்தனை காலத்துக்கு

இருத்தவேண்டும்! விழலுக்கு நீர் இறைப்பானேன், விலா நோகுதே என்று விம்முவானேன்! அலி என்று தெரியாமல் அணைப்பானேன், ஐயோ சனியனே என்று ஆயாசப்படுவானேன்! கட்டையாலே கத்தியும் அட்டையாலே கேடயமும் செய்து பிடித்துக் கொண்டால், எதிரிக்குச் சிரிப்புவருமா, சிந்தனை குழம்புமா? ஆள்மாற்றமே அரசியல் காரியம் என்று எண்ணுபவரைக் கேட்கிறோம், அடிமைப்பட்டு கிடக்கும் ஒரு இனத்தை மீட்கும் காரியத்துக்கு யார் தேவை? எந்த ஆரியத்தால் இனம் அடிமைப்பட்டுக்கிடக்கிறதோ அந்த ஆரியத்தை அழித்தொழிக்கும் ஆண்மையாளரா, அன்றி அதே ஆரியத்துக்கு ஆல வட்டம் சுழற்றும் அடிமைகளா? பிரான்சு நாட்டிலே புரட்சியின் போது, ரஷ்ய நாட்டிலே புரட்சியின் போது, எது அரசியலாகக் கருதப்பட்டதோ, அத்தகைய நிலைமையிலே திராவிடம் இருக்கிறது. அரசியலும் மதமும் கலப்பதா என்பதல்ல கேள்வி; மதத்தால் நம்மை அரசியலிலே அடிமைப்படுத்தியிருக்கும் இழி நிலையைப் போக்கிக்கொள்ள, ஆரியர் புகுத்தியிருக்கும் மதத்தை ஒழித்தாக வேண்டாமா என்பதே கேள்வி. விழி சரியாக இருந்தாலன்றோ வழி தெரிந்து நடக்கமுடியும் ? எதிரியின் வஞ்சக வலையாகிய ஆரிய மார்க்கத்தை அறவே நீக்கா முன்னம், நமக்கு அரசியல் வாழ்வு எங்ஙனம் சிறப்பாக இருக்க முடியும் !

எனவேதான் வீரர்கள் தேவை! காரியமாற்றும் தீரர்கள் தேவை! அஞ்சாநெஞ்சமும் ஆரியத்திடம் அடிமைப்படாத உரமும்கொண்ட உழைப்பாளிகள் தேவை! விடுதலைப் போருக்கு வீரர்கள்தேவை! பேரம்பேசும் கும்பல் வேண்டாம்! பேதைமையை அணிகலனாகக்கொண்ட கூட்டம் வேண்டாம்! திராவிடர் தேவை! என்று தீர்மானித்துவிட்டனர். தீரர்களே! திரண்டு வாருங்கள்! மற்றவர் ஒதுங்கி நில்லுங்கள்!

திராவிடருக்குத் திராவிடநாடு என்று முழக்கம் செய்யுங்கள்! அதைப் பெற்றே தீருவோம் என்ற சூள் கூறுங்கள், விடுதலைப் போர் வீரராகப் பதிவுசெய்து கொள்ளுங்கள்! நாட்டை மீட்டிட வாரீர், நானிலமெங்குமே சுதந்தர நாதம் பெருகுது கேளீர், என்று கூறித் திராவிடப் பெருங்குடி மக்களை அன்புடன் அழைக்கிறோம். வாழ்க திராவிடர்! திராவிட நாடு திராவிடருக்கே!!

முற்றும்.

★★★

9 788198 809384